महिला स्वयंसहाय्यता बचत गट

प्रा. एम्. यू. मुलाणी

एम्. ए. एम्. फील.

अर्थशास्त्र विभाग प्रमुख,

शारदाबाई पवार महिला महाविद्यालय,

शारदानगर, बारामती, पुणे

डायमंड पब्लिकेशन्स

महिला स्वयंसहाय्यता बचत गट

प्रा. एम्. यू. मुलाणी

© डायमंड पब्लिकेशन्स

ISBN - 81-89724-59-2

प्रथम आवृत्ती : डिसेंबर २००६

मुखपृष्ठ
शाम भालेकर

प्रकाशक
डायमंड पब्लिकेशन्स
२६४/३ शनिवार पेठ, ३०२ अनुग्रह अपार्टमेंट
ओंकारेश्वर मंदिराजवळ, पुणे-४११ ०३०
☎ ०२०-२४४५२३८७, २४४६६६४२
info@diamondbookspune.com

ऑनलाईन पुस्तक खरेदीसाठी भेट द्या
www.diamondbookspune.com

प्रमुख वितरक
डायमंड बुक डेपो
६६१ नारायण पेठ, अप्पा बळवंत चौक
पुणे-४११ ०३० ☎ ०२०-२४४८०६७७

Agricultural Development Trust,
Sharadanagar (Malegaon. Col.)
Baramati

कोणत्याही राष्ट्रातील दारिद्र्यरेषेखाली असणाऱ्या लोकांचे प्रमाण कमी होणे हे त्या राष्ट्रात शांतता प्रस्थापित होण्याच्या दृष्टीने अत्यंत महत्त्वाचे असते. यासाठी त्या त्या राष्ट्राचे शासन, राष्ट्रातील विविध संस्था आणि सामाजिक जाणीव असणाऱ्या समाजप्रिय व्यक्ती अखंड प्रयत्नशील असतात.

अलीकडे बांगलादेशाचे डॉ. प्रा. महमंद युनूस यांना गरीबातल्या गरीब लोकांना स्वतःच्या पायावर उभे राहून स्वावलंबी होण्याचा यशस्वी मार्ग दाखविल्याबद्दल यावर्षीचा शांततेचा नोबेल पुरस्कार जाहीर झाला. संपूर्ण जगाला त्यांच्या कार्याची ओळख पटली. याच धर्तीवर शारदाबाई पवार महिला महाविद्यालय, शारदानगर येथील अर्थशास्त्राचे प्राध्यापक एम. यू. मुलाणी यांनी "महिला स्वयंसाहय्यता बचत गट" याविषयी अत्यंत तळमळीने परंतु वेगळ्या भूमिकेतून चिकित्सक असे संशोधनात्मक पुस्तक निर्माण करून भारत या शेतीप्रधान देशातील आजच्या व उद्याच्या पिढीतील महिला सबलीकरणात अत्यंत मोलाची भर टाकलेली आहे

प्रा. मुलाणी यांच्या या अतिशय दुर्मीळ संशोधनामुळे केवळ महाराष्ट्रातीलच नव्हे तर, भारतातील शहरी व ग्रामीण भागातील विशेषत: कष्टकरी महिला, विविध भूमिकेत जगत असताना तिचे परावलंबित्त्व दूर होऊन ती आर्थिकदृष्ट्या अधिकाधिक सबल व स्वावलंबी बनून स्वत:चे राहणीमान बदलून देशाच्या प्रत्येक योजनेत स्वयंपूर्णतेने व निर्भयतेने सहभागी होईल अशी मनोमन खात्री वाटते. प्रा. एम. यू. मुलाणी यांच्या महत्त्वपूर्ण संशोधनास आणि पुढील वाटचालीस माझ्या हार्दिक शुभेच्छा.

सौ. सुनंदाताई पवार
विश्वस्त,
सदस्या व्यवस्थापन परिषद
पुणे विद्यापीठ, पुणे.

परिचय

प्रा. मुलाणी महमंदरफीक उमराव

एम. ए. एम्. फील.

- पुणे जिल्हा शिक्षण मंडळ पुणे, अण्णासाहेब मगर महाविद्यालय हडपसर व कला, वाणिज्य आणि विज्ञान महाविद्यालय नसरापूर ता. भोर जि. पुणे येथे ५ वर्षे कार्यरत.
- ॲग्रीकल्चर डेव्हलपमेंट ट्रस्ट बारामती संचलित शारदाबाई पवार महिला महाविद्यालयात १९९३ पासून अर्थशास्त्र विषयाचे १३ वर्ष अध्यापन व संशोधनात कार्यरत.
- ॲग्रीकल्चर डेव्हलपमेंट ट्रस्टचे सेवक सहकारी पतसंस्था संस्थापक संचालक.
- महाविद्यालयात ६ वर्षे राष्ट्रीय सेवा योजना कार्यक्रम अधिकारी आणि समन्वयक विद्यार्थिनी मिनी बँक.
- योजना मासिक, वृत्तपत्रे व दिवाळी विशेषांकामधून लेख प्रसिद्ध.
- बारामती व इंदापूर तालुक्यात २० महिला बचत गट स्थापन करून सक्षम करण्यास सतत कार्यरत, तसेच महिला बचतगट मेळाव्यांना मार्गदर्शनपर व्याख्याने. महिला बचत गट "चालना व्यासपीठ" सदस्य.
- मूळनिवासी नागरी सहकारी पतसंस्था, बारामती सल्लागारपदी कार्यरत.
- विद्यापीठ, राज्यस्तरीय व राष्ट्रीय स्तरावर परिषदेत सहभागी व पेपर वाचन.

महिला स्वयंसहाय्यता बचत गट

महिलांचे सबलीकरण करणारा

हिताची जपणूक करणारा

लाभाचे समान वाटप करणारा

स्वयंस्फूर्तीतून स्थापन होणारा

यत्किंचितही मनात किंतु नसणारा

सहकार्यातून प्रगती साधणारा

हातात हात मिळून काम करणारा

यक्षप्रश्नांची सोडवणूक करणारा

तातडीच्या कर्जाची गरज भागविणारा

बचतीमधून उत्कर्ष साधणारा

चलनाची देवघेव शिकविणारा

तळागाळातील महिलांना एकत्र आणणारा

गटातील सदस्यांचे हित जोपासणारा

टंचाईच्यावेळी मदतीचा हात देणारा

प्रस्तावना

'महिला सबलीकरण स्वयंसहाय्यता बचत गट' हे पुस्तक प्रा. एम्. यू. मुलाणी यांनी लिहून महिला सबलीकरणाबाबत साद्यंत इतिहास व सद्यःस्थितीवर विशेष प्रकाश टाकला आहे. आज बहुतेक ग्रामीण व शहरी भागात विशेषतः कष्टकरी महिला, झोपडपट्टीतील महिला यांना त्यांच्यामधील सुप्त गुणवैशिष्ट्यांच्या आधारे, त्यांच्या प्रयत्नामुळे त्या ग्रामीण व नागरी समाजात आर्थिकदृष्ट्या सक्षम होऊन त्यांची परावलंबाच्या परंपरेतून बाहेर येण्याचा एक नवीन मार्ग 'महिला बचत गटामुळे' त्यांना मिळाला आहे असे म्हटले तर वावगे होणार नाही.

ग्रामीण भागातील कृषी जीवन पद्धतीत एकत्रित कुटुंबात केवळ कन्या-बायको-सून-आई या भूमिका बजावणारी ही निरक्षर महिला, 'महिला बचत गटा'च्या माध्यमातून काटकसर, बचतीची कास धरून आर्थिकदृष्ट्या सबल व समर्थ होत असली तरी ज्ञानाची कवाडे गवसल्यामुळे पूर्वीची निरक्षर स्त्री आज समाजात साक्षर महिला म्हणून मान्यता पावली आहे. इतकेच नव्हे तर समाजकारण, राजकारणाचे प्राथमिक धडे गिरवत ग्रामपंचायतीचा कारभार पाहण्याइतपत ती डोळस झाली आहे. अन्न, वस्त्र, निवारा, शिक्षण व आरोग्य यासारख्या मूलभूत गरजा ती महिला स्वकर्तृत्वाने भागवत आहे. महिलांच्या विकासासाठी शासनाने राबविलेल्या योजनांची माहिती मिळवून त्याचा पुरेपूर लाभ घेण्यात ती महिला आज महाराष्ट्रात आघाडीवर आहे असे म्हणता येईल.

प्रा. एम्. यू. मुलाणी यांनी अतिशय चिकाटीने, प्रयत्नपूर्वक या विषयाच्या संदर्भात यथोचित साहित्य संकलित करून, संबंधित महिला गटांच्या मुलाखतीद्वारे शासकीय व निमशासकीय केंद्रातून योग्य माहिती मिळवून त्याचे यथायोग्य चित्रण या ग्रंथात केले आहे.

प्रस्तुत पुस्तक महिला बचत गटांना मार्गदर्शिका म्हणून उपयोगी होईल. तसेच शासकीय स्तरावर संबंधितांना, संशोधकांना, विद्यार्थ्यांना उपयोगी पडणार आहे.

या विषयावर प्रचलित उपलब्ध साहित्य दुर्मिळतेने आढळते. त्यामुळे महिला बचत गटाच्या यशस्वी वाटचालीची माहिती असलेला हा ग्रंथ सर्वांनाच आवडेल हीच अपेक्षा.

प्रा. एम्. यू. मुलाणी यांच्या संशोधक वृत्तीस माझ्या शुभेच्छा.

डॉ. बी. डी. कुलकर्णी
पुणे

मनोगत

'ॲग्रीकल्चरल डेव्हलपमेंट ट्रस्ट' संचालित शारदाबाई पवार महिला महाविद्यालय, शारदानगर येथे मी अर्थशास्त्र विषयाचा अध्यापक व संशोधक या नात्याने महिलांच्या समस्यांबाबत चर्चासत्रे, मेळावे यामध्ये सहभागी असतो. ॲग्रीकल्चरल डेव्हलपमेंट ट्रस्ट ही आमची संस्था महिलांच्या विविध समस्यांबाबत सतत संशोधन करून उपाययोजना राबवीत आहे. महिला सबलीकरणाचे विविध पैलू असले, तरी स्वयंसहाय्यता समूह हा आर्थिक पैलू फार महत्त्वाचा आहे. महिला स्वयंसहाय्यता बचत गट स्थापन करून महिलांचे सबलीकरण त्याद्वारे होऊ शकते. यावर माझा ठाम विश्वास आहे, म्हणून या पुस्तकात स्वयंसहाय्यता गटाचा इतिहास, स्थापना, कार्यप्रणाली, विविध मार्गदर्शक नियमावली, सबलीकरणाचे घटक, गटांपुढील आव्हाने व धोरणे, तसेच महिलांकरिता शासकीय योजना, बचत गटाच्या यशोगाथा यांचा उहापोह केला आहे. तसेच गटाच्या मजबुतीकरणासाठी विविध प्रकारच्या नमुना फॉर्मचा उल्लेख केला आहे.

ग्रामीण भागात महिलांच्या सक्रीय सहभागामुळे गावोगावी स्वयंसहाय्यता बचत गटाची चळवळ जोमाने वाढत आहे. बचत गटामुळे बचत संकलनाच्या कामाला चालना मिळवून पतनिर्मितीद्वारे रोजगार निर्माण होऊन ग्रामीण अर्थव्यवस्था मजबूत होत आहे. विशेषतः ग्रामीण परिसरातील दारिद्र्य निर्मूलनात बचत गट हे विकासाचे साधन बनत आहे. स्वयंसहाय्यता बचत गटामुळे महिलांचा आत्मविश्वास, आत्मनिर्भरता वाढत आहे. तसेच पंचायतराजमध्ये महिला आघाडीवर आहेत. स्वयंसहाय्यता गटाच्या संख्यात्मक वाढीबरोबर गुणात्मक वाढीच्या नियोजनापासून आयोजनापर्यंत महिलांचे अस्तित्व जाणवत आहे. महिलांमधील अंगभूत असणाऱ्या क्षमतांना आकार देण्यासाठी व स्वंयसहाय्यता बचत गटाच्या मजबुतीकरणासाठी ही पुस्तिका प्रबोधनात्मक ठरेल अशी अपेक्षा आहे.

प्रस्तुत पुस्तकरूपाने बचत गटाची माहिती प्रसिध्द करीत असताना यशस्वी महिला गट, बँकर्स, अ‍ॅग्रीकल्चरल डेव्हलपमेंट ट्रस्ट, शारदानगर, ता. बारामती, ग्रामीण महिला व बालक विकास मंडळ पुणे, चैतन्य संस्था खेड, महिला आर्थिक विकास महामंडळ पुणे, चालना ग्रुप पुणे, जिल्हा ग्रामीण विकास यंत्रणा पुणे, विभागीय आयुक्त, गटविकास अधिकारी, नाबार्ड, इत्यादींच्या योगदानाबद्दल आभार व्यक्त करणे क्रमप्राप्त आहे.

या पुस्तिकेच्या लिखाणास प्रोत्साहन, मार्गदर्शनासह प्रस्तावनेची जोड देऊन माझ्या कार्यास गतिमान केले त्याबद्दल डॉ. बी. डी. कुलकर्णी यांचे मनःपूर्वक आभार.

आमच्या संस्थेचे चेअरमन व आमचे प्रेरणास्थान मा. राजेंद्र पवार व आमच्या संस्थेच्या विश्वस्त मार्गदर्शिका सौ.सुनंदाताई पवार यांनी सतत गुणात्मक वाढीसाठी प्रोत्साहन देऊन माझ्या शैक्षणिक व सामाजिक कार्यात सहभागी होतात त्यांचा मी ऋणी आहे. आमच्या महाविद्यालयाचे प्रभारी प्राचार्य डॉ. अशोक देविकर व प्राध्यापक वृंद आणि माझे स्नेही प्रा. दिगंबर दुर्गाडे यांचे मोलाचे सहकार्य लाभले आहे त्यांच्याबाबत मी कृतज्ञता व्यक्त करतो.

स्वयंसहाय्यता बचत गट पुस्तक लिखाणाच्या प्रक्रियेमध्ये सुरूवातीपासून गटाच्या अनुभवी संघटिका व माझी पत्नी सौ.आरजूमंदबानू मुलाणी आणि जेष्ठ बंधू प्रा. शानूर मुलाणी हे सहभागी होते. त्यांचा नामोल्लेख करणे व आदर राखणे उचित आहे असे मला वाटते. या पुस्तिकेत स्वयंसहाय्यता बचत गटाचे अभ्यासक, विद्यार्थी, प्राध्यापक, प्रशासकीय अधिकारी, समाजसेवक, राज्कर्ते, महिला सहयोगिनी, स्वयंसेवी संस्था इत्यादींना उपयुक्त ठरेल अशी आशा आहे.

पुस्तक लिखाणात प्रा. महेशकुमार सोनवणे, प्रा. मीना आहेर, प्रा. आनंद गांगुर्डी व मुखपृष्ठाबाबत प्रा. आर. जी. मराठे यांनी सहकार्य केले त्यांचे मनःपूर्वक आभार. तसेच हे सर्व लेखन माझे माता-पिता यांच्या चरणी अर्पण.

स्वयंसहाय्यता बचत गटाच्या पुढील वाटचालीत पुस्तिकेचा उपयोग होईल अशी अपेक्षा आहे. या पुस्तिकेची उपयुक्तता वाढविण्यासाठी आपल्या सूचनांचे स्वागत आहे.

प्रकाशक श्री. दत्तात्रय गं. पाष्टे यांचे आभार.

प्रा. एम्. यू. मुलाणी
शारदानगर ता. बारामती, पुणे

अनुक्रमणिका

१

स्वयंसहाय्यता बचत गटाची ऐतिहासिक पार्श्वभूमी

समाजातील मध्यमवर्गीय, दुर्बल घटकांना आशेचा किरण म्हणून स्वयंसहाय्यता गटाकडे पाहिले जाते. देशातील कोटयावधी महिलांच्या आर्थिकच नाही तर समग्र भवितव्याला आकार देण्याचे काम बचत गटाच्या रूपाने सुरू आहे. याबाबत बांगलादेशाचे नाव सतत चर्चेत आहे. "बचतगट म्हणजे महिला सक्षमीकरणाची दिशा" असे सूत्र मान्य होत आहे, अशा महत्वाच्या टप्प्यावर बचत गटांचा इतिहास जाणणे गरजेचे आहे.

आशिया खंडातील मागास राष्ट्र म्हणून बांगलादेशाची ओळख असली तरी अशा देशात स्वयंसहाय्यता बचत गटाचे मूळ दिसून येते. बांगलादेशातील चित्तगाव विद्यापीठातील अर्थशास्त्र हा विषय शिकविणारे व जगप्रसिध्द बांगलादेश ग्रामीण बँकेचे प्रणेते व शांतता नोबेल अॅवॉर्डचे मानकरी डॉ. महमंदयुनूस यांनी स्वयंसहाय्यता गटाची प्रथम सुरुवात केली. डॉ. महमंदयुनूस यांनी हॉवर्ड विद्यापीठात अर्थशास्त्राची पदवी घेतली होती. आपल्या ज्ञानाचा फायदा मायदेशातील विद्यार्थी व समाजाला व्हावा हा हेतू बाळगून त्यांनी चित्तगाव विद्यापीठामध्ये प्राध्यापक असताना विद्यापीठ परिसरातील गरीब कुटुंबियांच्या आर्थिक प्रश्नांचे निर्मूलन करण्याचा निश्चय केला होता.

बांगलादेशातील ढाक्का शहरातील चित्तगाव विद्यापीठाजवळ 'जोबरा' हे गाव गरीब व भूमिहीनांचे गाव म्हणून ओळखले जाते. या गावातील लोकांना वर्षानुवर्षे बँकेने नाकारल्यामुळे येथील प्रत्येक व्यक्ती सावकारी पाशाच्या विळख्यात अडकली होती. प्रा. डॉ. महमंदयुनूस हे स्वतःच्या घरातील मोलकरीणबाईची आर्थिक

समस्या अनुभवत होते. या लोकांना गरीबी व सावकारी पाशाच्या जोखडातून सुटका करण्यासाठी व अर्थकारणाच्या मुख्यप्रवाहात आणण्यासाठी, त्यांना रोजगारसंधी प्राप्त करण्यासाठी त्यांनी ग्रामीण बँकेची कल्पना प्रत्यक्षात आणली. ढाक्का येथील कृषी बँकेच्या अधिकाऱ्यांशी संपर्क साधून लोकांनी विशिष्ट पध्दतीने बचत केली तर ते लोक कर्जासाठी लायक ठरू शकतील. बँक अधिकाऱ्यांना ही कल्पना तत्वतः मान्य झाली असली तरी सरकारी खाक्याप्रमाणे टोलवण्याचा प्रयत्न झाला. परंतु डॉ. महमंदयुनूस यांनी खचून न जाता जोबरा गावात बँक सुरू करण्यासाठी बँक अधिकाऱ्याचे १९७६ मध्ये मतपरिवर्तन करण्यात यश संपादन केले.

सन १९७६ मध्ये ग्रामीण बँक तातडीने सुरू झाली नसली तरी त्या दिशेने वाटचाल सुरू झाली. १९७७ ते १९७९ या काळात ग्रामीण बँक प्रकल्पास आरंभ झाला. १९८३ मध्ये स्वतंत्र कायदा करून या प्रकल्पाचे रूपांतर ग्रामीण बँकेत करण्यात आले. याकाळात डॉ.महमंदयुनूस हे जोबरा गावातील आठवडा बाजारातील व्यवहार बारकाईने पाहत होते. त्या आठवडा बाजारात ५ ते ६ लोकांचे एक केंद्र असे. ७ ते ८ केंद्राचा गट बनतो हे पाहिल्यानंतर एक केंद्र हे व्यवहार यशस्वीपणे पार पाडते. म्हणजे ४० लोक मतभेदाविना एकत्र येतात. ह्या आर्थिक व्यवहारास एक स्वयंभू शिस्त असून त्यास बँकिंग क्षेत्राच्या मुख्य व्यवहारात आणता येईल. त्यासाठी ग्रामीण बँक १९८३ मध्ये कायदेशीरपणे अस्तित्वात आणली. त्याचीच आज बचतगट, स्वयंसहाय्यगट, लघुवित्त, शेजारगट, या नावाने जगभर ही वाटचाल सुरू आहे.

डॉ. महमंदयुनूस यांचा हा प्रयोग ग्रामीण बँक नावाने जगप्रसिध्द झाला आहे. या चळवळीच्या प्रारंभी अमेरिकेचे तत्कालीन अध्यक्ष बिल क्लिंटन व हिलरी क्लिंटन यांना माहिती मिळाली. त्यांनी डॉ. महमंदयुनूस यांच्याशी संवाद करून ही चळवळ आंतरराष्ट्रीय पातळीवर पोहचविली आहे. त्यांनी बांगलादेशातील ग्रामीण बँकेला 'गरीब बांगला महिलांचा लघुवित्त' (Micro Credit) असे संबोधले आहे. गेल्या दशकात बिल क्लिंटन यांनी भारत दौऱ्यामध्ये राजस्थानमधील स्वयंसहाय्यता गटाची मुक्तकंठाने प्रशंसा केली.

स्वयंसहाय्यता गटाची कल्पना जागतिक बँक, विमा कंपन्या, खाजगी क्षेत्रातील कंपन्या यांना कौतुकास्पद वाटत होती. याच दरम्यान बांगलादेश व भारताप्रमाणे लॅटिन अमेरिका, आफ्रिका व आशियाई देशात ही चळवळ वेगाने फोफावली आहे.

या ग्रामीण बँकेची सद्य:स्थिती खालील आकडेवारीवरून समजू शकते.

तक्ता क्र १.१

१	भाग भांडवल	१००%
	१) कर्जदार खातेदार	९४%
	२) बांगलादेश सरकार	६%
२	बँक शाखा	१३९३
३	कर्जदार एकूण संख्या	४२ लाख
४	कर्जवाटप	२२२.०९ अब्ज टक्का (बांगलादेश चलन)
५	कर्जफेड	२०१.४२ अब्ज
६	बँक कर्मचारी संख्या	१३,१२४

या बँकेतून कर्जदाराला जामीन लागत नाही, कर्जफेड न केल्यास न्यायालयातही खटला दाखल केला जात नाही, कायदेशीर कागदपत्रावर स्वाक्षरी करावी लागत नाही, कर्जफेडीबाबत जबाबदारी गटामार्फत घेतली जाते, शिवाय बँकेने भिकाऱ्यांसाठी व्याजमुक्त कर्जधोरणाचा अवलंब केला आहे. त्यास उत्तम प्रतिसाद मिळत आहे. या बँकेत ९४% महिला कर्जदार आहेत.

आर्थिकदृष्ट्या दुर्बल घटकांसाठी म्हणून एकता, शिस्त, साहस व कठोर परिश्रम यांचा मिलाफ साधून मलेशियन अर्थतज्ज्ञ प्रा. गिब्बसन यांनी मलेशिया राष्ट्रात ही योजना राबविली आहे. तसेच भारतासह, श्रीलंका, फिलीपाईन्स, आफ्रिकेतील देश, आखाती देश, दक्षिण अमेरीकेतील देश या देशांमध्ये ही चळवळ कार्यरत आहे.

बचत ही नवीन संकल्पना नव्हती. जगात फंड, भिशी अशा वेगवेगळया स्वरूपात बचत चालू होती. दक्षिण अमेरिका व आफ्रिका भागात ROSCA (Rotating Saving and Credit Association) हा बचतीचा प्रकार भिशीशी संबधित होता. हा प्रकार ग्रामीण बँकेच्या धरतीवर विकसित करण्यास सुरूवात झाली आहे. तसेच इंडोनेशियात (GTZ) या जर्मन फंडिंग एजन्सीने हा प्रयोग सर्वप्रथम केला आहे. येथे Self Help Group चा जन्म झाल्याचे आढळते.

भारतामध्ये स्वयंसहाय्यता गटाची चळवळ 'म्हैसूर रिसेटलमेंट अँड डेव्हलपमेंट' एजन्सी (मायराडा) या संस्थेने सुरू केली. त्यांनी Credit Management Group निर्माण केले. मायराडाच्या माध्यमातून स्वयंसहाय्यता गटाची निर्मिती होत असताना १९८० च्या दशकात नाबार्डने स्वयंसहाय्यता गटाचे मॉडेल स्वीकारून ग्रामीण

भागात प्रयोग सुरू केले आहेत. सन १९९१-९२ मध्ये नाबार्ड (बँकेने) गटांना वित्तीय क्षेत्रात कायदेशीर मान्यता देऊन बचत गटांच्या चळवळीचा जोमाने प्रारंभ केला. या चळवळीत महिलांचा सहभाग वाढत गेल्यामुळे प्रादेशिकदृष्ट्या संदर्भही बदलत गेले. भारतामध्ये आज आंध्रप्रदेश, महाराष्ट्र, राजस्थान, तामिळनाडू, केरळ येथील बचतगट चळवळीचा नामोल्लेख सतत केला जात आहे. परंतु महाराष्ट्रात ही संकल्पना १९४७ मध्ये वेगळ्या रूपात सुरू होती.

भारतात स्वयंसेवी संस्थांचे बचत गटात फार मोठे योगदान आहे. दक्षिणेत 'सधन', 'धनफाउंडेशन', 'आसा' या संस्था बचतगटाचे काम करतात. भारतामध्ये १९९८- ९९ च्या अंदाजपत्रकात स्वयंसहाय्यता गटावर भर देऊन तरतूद करण्यात आलेली आहे. तसेच बचतगटाच्या अभ्यासाला विद्यापीठ पातळीवर मान्यता देऊन अभ्यासक्रम सुरू केले आहेत. म्हणून एकूणात लोकचळवळीत बचतगटांचे महत्व वाढत आहे. भारतामध्ये मिनी सहकार म्हणून बचतगट चळवळ फोफावत आहे.

भारतामध्ये स्वयंसहायता गटाची वाटचाल खालील तक्त्या क्र. १.२ वरून स्पष्ट होते.

तक्ता क्र १.२

स्वयंसहाय्यता गट बँक संलग्नता मार्च २००० ते २००५

अ. क्र.	तपशील	२०००-०१	२००१-०२	२००२-०३	२००३-०४	२००४-०५
१	बँक कर्जाची तरतूद केलेल्या नवीन गटांची संख्या (संचयित)	१,४९,०५०	१,९७,६५३	२,५५,८८२	३,६१,७३१	५,३९,३६५
२	बँक कर्जाची तरतूद केलेल्या गटांची संख्या (संचयित)	२,६३,८२५	४,६१,४७८	७,१७,३६०	१०,७९,०९१	१६,१८,५५६
३	सहभागी बँका					
	१) व्यापारी बँका	४३	४४	४८	४८	४७
	२) प्रादेशिक ग्रामीण बँका	१७७	१९१	१९२	१९६	१९६
	३) सहकारी बँका	९४	२०९	२६५	३१६	३३०
४	सहभागी घटकराज्यांची संख्या	२७	३०	३०	३१	३१
५	सहभागी जिल्ह्यांची संख्या	४१२	४८८	५०२	५६३	५७२
६	सहभागी स्वयंसेवी संस्था	१०३०	२१५५	२८००	३०२४	४३२३
७	बँक कर्जे (संचयित) (दशलक्ष)	४८०९	१०२६३	२०४८७	३९०४२	६८,९८५

८	पुर्नवित्त (संचयित) (दशलक्ष)	४००७	७९६५	१४१८८	२१२४७	३०,९२०
९	महिला सहभाग टक्केवारी	९०%	९०%	९०%	९०%	९०%
१०	लाभार्थी कुटुंबसंख्या (दशलक्ष)	४.५	७.८	११.६	१६.७	२४.३
११	गटांना सरासरी कर्ज पुरवठा	१८२२७	२२९१८	२६९८५	३२०००	३२,०१२
१२	कुटुंबांना सरासरी कर्ज रु.	१०७२	१४३२	१६८७	२२८६	२२८७
१३	मॉडेलनुसार संलग्नता					
	१. स्वयंसेवी संस्था गट स्थापन करून प्रत्यक्ष बँककर्जे	७६%	७५%	७२%	७२%	७२%
	२. बँक गट स्थापना करून बँक कर्जे	१३%	१६%	२०%	२०%	२१%
	३. बँकाकडून स्वयंसेवी संस्थांना गटासाठी कर्जे	११%	९%	८%	८%	७%

संदर्भ : Progress of SHG- Bank Linkage in India, 2000 to 2005 NABARD

या तक्त्यावरून असे स्पष्ट होते की, भारतात गेल्या पाच वर्षातील या चळवळीने संपूर्ण देश व्यापला आहे. विशेष कौतुकास्पद बाब म्हणजे ९०% महिला या चळवळीत आहेत शिवाय ९५% कर्जफेड झालेली आहे.

भारतात ३१ घटकराज्ये व केंद्रशासित प्रदेश समाविष्ट असून गेल्या सहा वर्षात या चळवळीचा आलेख वाढत आहे. तो पुढीलप्रमाणे

तक्ता क्र– १.३

स्वयंसहाय्यता गट – बँक संलग्नता – संचयित प्रगती – १९९९ – २००५

वर्ष	वित्तपुरवठा झालेले गट	बँक कर्जे दशलक्ष रु.
१९९९ – २०००	१,१४,७७५	१,९३०
२००० – २००१	२,६३,८२५	४,८०९
२००१ – २००२	४,६१,४७८	१०,२६३
२००२ – २००३	७,१७३६०	२०,४८७
२००३ – २००४	१०,७९,०९१	३९,०४२
२००४ – २००५	१६,१८,४५६	६८,९८५
एकूण	४२,५४,९८५	१,४५,५१६

या आकडेवारीवरून असे स्पष्ट होते की भारतात १९९९ – २००० ते २००४ – २००५ या सहा वर्षात बँक संलग्नता गट संख्या ४२,५४,९८५ पर्यंत वाढलेली असून त्यांना एकूण रु. १,४५,५१६ दशलक्ष कर्जपुरवठा केलेला आहे.

भारतामध्ये बचत गट चळवळीमध्ये व्यापारी बँका, प्रादेशिक ग्रामीण बँका, सहकारी बँका, अभिकर्त्याद्वारे कर्जपुरवठा मोठया प्रमाणात होत आहे. अशा अभिकर्त्यामार्फत अर्थसहाय्य झालेली गटसंख्या व कर्ज रक्कम खालील तक्त्यावरून स्पष्ट होते.

तक्ता क्र १.४

बँका अभिकर्त्याद्वारे झालेला वित्तपुरवठा व गटसंख्या मार्च २००५

अ. क्र.	अभिकर्ते	मार्च २००४ संचयित (दशलक्ष)		मार्च २००५ संचयित (दशलक्ष)	
		स्वयंसहाय्यता गट संख्या	बँक कर्ज	स्वयंसहाय्यता गट संख्या	बँक कर्ज
१	व्यापारी बँका	५,३८,४२२ (५०%)	२२,५४८.२९ (५८%)	८,४३,४७३ (५२%)	४१,५९०.१९ (६०%)
२	प्रादेशिक ग्रामीण बँका	४,०५,९९८ (३८%)	१२,७८२.५८ (३३%)	५,६३,८४६ (३५%)	२०,९९५.४७ (३०%)
३	सहकारी बँका	१३,४६,७१० (१२%)	३,७११.२१ (९%)	२,११,१३७ (१३%)	६,३९८.९४ (१०%)
	एकूण	१०,७९,०९१ (१००%)	३९,०४२.०८ (१००%)	१६,१८,५५६ (१००%)	६८,९८४.६० (१००%)

संदर्भ – Progress of SHG-Bank Linkage in India NABARD 2004-2005 Page No.31,32

या तक्त्यावरून असे स्पष्ट होते की भारतात वित्तीय संस्थाद्वारे स्वयंसहाय्यता गटांना विपुल प्रमाणात वित्तसहाय्य होत आहे. यामध्ये सर्वाधिक वाटा व्यापारी बँकाचा आहे. एकूण वित्तांपैकी ६०% कर्जपुरवठा व्यापारी बँकांनी केला आहे.

भारतामध्ये स्वयंसहाय्यता गटाची चळवळ ही तीन प्रतिमानातून सुरू आहे हे प्रतिमान पुढीलप्रमाणे –

१. प्रथम प्रतिमानात बँका स्वतः गट स्थापन करतात व वित्तसहाय्य करतात. अशा प्रतिमानानुसार मार्च २००५ पर्यंत स्वयंसहाय्यता गटसंख्या २,४३,३१७ असून एकूण गटांपैकी २१% आहेत. त्यांना रु.१०,१२६.२० दशलक्ष म्हणजे एकूण कर्जापैकी १५% वित्तसहाय्य केले आहे.

२. द्वितीय प्रतिमानात स्वयंसेवी संस्था इतर अभिकर्ते गट स्थापन करतात. अशा संस्था गटासाठी वित्तसहाय्य देतात त्या संस्था गटांना कर्ज वाटतात अशा स्वयंसहाय्यता गटांची संख्या ११,५८,२४९ असून एकूण गटापैकी ७२% गटांना रू. ५५,२९३.५४ दशलक्ष वित्तसहाय्य मार्च २००५ अखेर दिले असून हे प्रमाण ८०% आहे.

३. तृतीय प्रतिमानानुसार स्वयंसेवी संस्थाकडून बँक वित्तसहाय्य करतात. अशा स्वयंसहाय्यता गटसंख्या १,१६,८३६ असून हे प्रमाण ७% आहे. अशा गटांना रू ३,५६४.८६ दशलक्ष वित्तसहाय्य केले आहे हे प्रमाण ५% इतके आहे.

या प्रतिमानानुसार गटांची स्थापना व वित्तसहाय्य दिले जाते. सन २००४–२००५ या वर्षात अशी एकूण गटसंख्या १६,१८,४५६ असून रू. ६८,९८४.६० दशलक्ष कर्जपुरवठा केला आहे.

स्वयंसहाय्यता गटाची अंमलबजावणी कार्यक्षमतेने होण्यासाठी विविध बँका, स्वयंसेवी संस्था, सरकारी कार्यालये इ. सहभागी होऊन बचत गटांच्या कार्यक्रमाला हजर राहतात. स्वयंसहाय्यता गटाद्वारे कार्यक्षमता बांधणी (Capacity Building) आवाक्याची व्याप्ती स्पष्ट होते.

तक्ता क्र – १.५

गट–बँकसंलग्नता सविस्तर कार्यक्षमता बांधणीची व्याप्ती मार्च २००५

अ. क्र.	तपशील	सहभागी संख्या		सहभागी संख्या	
		२००३–२००४	संचयित	२००४–२००५	संचयित
१	बँका	२६,२७३	१,११,६७८	४२,९५६	१,५४,६३४
२	स्वयंसेवी संस्था	७,३६२	२१,३६७	२,४४६	२५,६१३
३	सरकारी कार्यालये	५,९५८	२५,६१८	७,०६३	३२,६८१
४	गटातील प्रमुख व सभासद	१,५९,०८२	४३,०४,०९७	२,०७,११६	६,३८,३२५
५	गटांना अचानक भेटी	३८६	१,४१८	४४१	१,८५९
६	विभागीय पातळीवर बँकाच्या कमिटीने दिलेल्या प्रत्यक्षात भेटींची गटसंख्या	१०,०२८	१५,३८७	८,२०४	२३,५९१
७	पंचायतराज संस्थेत प्रशिक्षणासाठी निवडलेले सदस्य	१,३०३	३,४६५	१,९९८	४,६६३
८	बँका भेटी	१,९१३	९,९३०	१,४२४	११,३५४
९	स्वयंसेवी संस्था भेटी	१,६४६	४,६४५	१५,८६१	२०,५०६
१०	राज्यस्तरीय पतवितरण पुनर्वलोकन व समन्वय समिती	१५८	९२९	६२३	१,५५२
११	इतर	२९,८९८	६१,८९३	३८,६४१	१,००,५३४
	एकूण	२,४४,००७	६,८६,७३९	३,२९,९४३	१०,१६,६८२

संदर्भ – Progress of SHG –Bank Linkage in India NABARD 2004 –2005, Page No. 146 to 148

अशा प्रकारे भारतात स्वयंसहाय्यता गटाची वाटचाल वरील तक्त्यावरून स्पष्ट होते तसेच गटाचे मजबुतीकरण होत आहे.

□

२

स्वयंसहाय्यता बचत गट : कार्यपद्धती

२:१ प्रास्ताविक : स्वातंत्र्योत्तर काळात महिलांच्या कल्याणासाठी अनेक योजना कार्यान्वित करण्यात आल्या आहेत. परंतु गेल्या पंचवीस वर्षात महिला सबलीकरणावर भर देऊन पुरूष व स्त्रिया यांच्यात सर्व बाबतीत समानता प्रस्थापित करण्याच्या उद्देशाने स्वयंसहाय्यता समूह चळवळ जोमाने सुरू आहे. ग्रामीण दारिद्र्य विशेषतः महिलांचे दारिद्र्य, वर्षानुवर्षे चालत आलेल्या परंपरा, रूढी, चालीरीती यामुळे महिलांची स्थिती खालावलेली आहे. तसेच असंघटितपणा, शिक्षणाचा अभाव, रोजगार व आरोग्य यांचा अभाव, यामुळे देखील दारिद्र्य वाढलेले आहे. यासाठी महिलांच्या दृष्टीने संघटित होऊन परिणामकारक काम करण्याचे महत्वाचे शस्त्र म्हणजे स्वयंसहाय्यता गट होय.

या पुस्तिकेचा उद्देश स्वयंसहाय्यता गट संकल्पना, स्वरूप, गटांची गरज, कार्यपध्दती, आदर्शगट, गटांचे व्यवस्थापन, गटांचे सक्षमीकरण, गटांचे मूल्यांकन, बँकिंग व्यवहार, बँकांची भूमिका, स्वंयसेवी संस्थांची भूमिका अशा घटकांची तपशीलवार तोंड ओळख करून देणे हा आहे. तसेच महिला सबलीकरण करण्याच्या दृष्टीने स्वयंसहाय्यता गटाचा उपयोग करण्याच्या या चळवळीत प्रेरक, सहयोगिनी, पंचायतराज, बँका, सामाजिक कार्यकर्ते यांना उपयुक्त ठरेल.

स्वयंसहाय्यता गट ही चळवळ आर्थिक प्रश्नांची सोडवणूक करण्यासाठी असली तरी महिलांच्या वैयक्तिक, सामाजिक, आरोग्यदृष्ट्या प्रश्नांची सोडवणूक देखील या गटांच्या माध्यमातून होत आहे. त्यामुळे महिलांचे सबलीकरण स्वयंसहाय्यता गटांच्या माध्यमातून होण्यास हातभार लागत आहे.

२.२ स्वयंसहाय्यता गट – संकल्पना : स्वयंसहाय्यता समूह संकल्पनेची व्याख्या करणे कठीण बाब आहे. या संकल्पनेकडून अपेक्षाही वेगवेगळ्या आहेत. स्वयंसहाय्यता गटाची चळवळ, महिला बचतगट, समूह गट, शेजार गट, सूक्ष्मवित्त, स्वल्पवित्तसमूह, स्वावलंबी बचत गट, काटकसर व कर्ज गट, या वेगवेगळ्या संकल्पनेतून चळवळ जोमात सुरू असली तरी काही महत्त्वाच्या सर्वस्पर्शी व्याख्या पुढीलप्रमाणे –

१) 'सर्वार्थाने साधर्म्य असणाऱ्या सभासदांनी वाजवी संख्येने, स्वेच्छेने एकत्र येऊन सर्वांगीण उन्नतीकरिता बनविलेला व चालविलेला समूह म्हणजे स्वयंसहाय्यता गट होय.'

२) परावलंबनाकडून स्वावलंबनाकडे जाण्यासाठी स्वेच्छेने, संमतीने, सामुदायिकपणे बचतीच्या निमित्ताने केलेली वाटचाल म्हणजे स्वयंसहाय्यता बचत गट होय.

३) जीवनातील नव्या नव्या आव्हानांना व जबाबदाऱ्यांना पेलण्यासाठी क्षमता विकसित करणारा सुसज्ज संच म्हणजे स्वयंसहाय्यता समूह होय.

४) एकाच वाडी, वस्तीवरील, एकाच सामाजिक, आर्थिक स्तरामधील, समविचारी, समान गरजा असणाऱ्या १० ते २० महिलांच्या संघटनेस स्वयसंहाय्यता बचतगट म्हणतात.

५) प्रादेशिक समानता असलेल्या समविचारी, समान गरजा, समान अपेक्षा असलेल्या १० ते २० महिलांनी स्वल्पबचत करून बचतीचा विनियोग उपभोगासाठी करून कर्ज घेऊन, व्यवसाय करणाऱ्या व लोकशाही मार्गाने संघटन करणाऱ्या समूहास स्वयंसहाय्यता बचतगट म्हणतात.

६) ज्या समूहात १० ते २० सभासदांची निवड करून नियमित बचतीतून एकमेकांच्या गरजा, अडचणी, जीवनमूल्ये उंचावण्यासाठी कर्ज स्वरूपात अर्थसहाय्य केले जाते, उद्योगधंदा उभारला जातो; सर्वानुमते निर्णय घेऊन संघटन शक्ती वाढविली जाते; परस्पर सहकार्य, सहभाग, नेतृत्व व कर्तव्य, विचारांची देवाणघेवाण, सातत्यपूर्ण व प्रयत्नशील सदस्यांच्या समूहाला स्वयंसहाय्यता गट म्हणतात.

७) A Self Help Group is a voluntary association of homogenous set of people either working together or living in the neighbourhood engaged in similar of activity, working with or without registration for the common good, the members.

अशा विविध व्याख्या केल्या असल्या तरी गेल्या दोन दशकात नाव व आशयात कमालीचा फरक पडला आहे. Small Saving Group मध्ये फक्त बचत होते, Mirco Credit Group मध्ये बचत कर्जवाटप व कर्जफेड तसेच Thrift Credit Group मध्ये काटकसर व बचत यातील फरक स्पष्ट होतो, तर Micro Finance मध्ये बचत, कर्ज, विमा, यांचा समावेश होतो. या संकल्पनेतील सर्व व्यवहार पैशाभोवती फिरतात या व्यवहाराला व्यक्ती, समाज, गाव अशा घटकांच्या सक्षमीकरणाची जोड मिळते तेव्हा Self Help Group निर्माण होतो. या संकल्पनावरून स्वयंसहाय्यता समूह चळवळीचा पसारा स्पष्ट होत आहे.

२.३ स्वयंसहाय्यता गटाची वैशिष्ट्ये : समान विचारांच्या व समान उद्दिष्टांच्या, गरजांच्या, काम करू इच्छिणाऱ्या व्यक्ती एकत्र आल्या तर ते काम गट पातळीवर करता येते. गटाचे व समूहशक्तीचे महत्व लक्षात आल्यास गट पातळीवर सर्व कामे सहजरित्या करता येतात. यातून स्वयंसहाय्यता गटाची वैशिष्ट्ये पुढीलप्रमाणे सांगता येतील.

१) समान गरजा : गटातील सर्व सभासंदाच्या गरजा समान असतात. त्यातूनच गटाद्वारे मार्ग सुकर केला जातो. या समान गरजांची पूर्तता गटाद्वारे करता येते.

२) समान परिस्थिती : गटातील सर्वच सभासदांची आर्थिक व सामाजिक परिस्थिती एकसारखीच असते. अशा व्यक्ती या गटात असतात. शिवाय एकाच गावातील वाडी-वस्तीवरील सदस्य असतात.

३) लोकशाही प्रणाली मजबूत : स्वयंसहाय्यता गटात सर्व कारभार, कामकाज निर्णय सर्वानुमते घेतले जातात. प्रत्येकाच्या मनाची कदर केली जाते. खरी लोकशाही मूल्ये जपली जातात, त्यामुळे गट सक्षम होतात.

४) स्वेच्छा सभासदत्व : स्वयंसहाय्यता बचतगटात सहकाराप्रमाणेच स्वेच्छेनुसार सभासदत्व असते. कोणालाही जबरदस्ती केली जात नाही. प्रत्येकजण स्वेच्छेने गटात सभासद होतो.

५) आर्थिक देवाणघेवाण : स्वयंसहाय्यता बचतगटात सर्व सभासद नियमित बचत जमा करतात. बचतीतून पतनिर्माण करतात, त्यातून कर्जव्यवहार करतात, व्यवसाय करतात. सर्व व्यवहार बँकांशी करतात. त्यामुळे गट सक्षम होतात.

६) रोखीने व्यवहार : स्वयंसहाय्यता गटामधील बचत व कर्जेतर सर्व व्यवहार रोखीने केले जातात. त्यामुळे व्यवहारात पारदर्शकता येते.

७) स्वशक्ती व समूहशक्ती जाणीव : स्वयंसहाय्यता गटातील महिला

सभासदांना गटामुळे स्वशक्तीची जाणीव होते. कारण त्या स्वेच्छेने गटात येतात. सामुदायिक निर्णय कृतीमुळे त्यांच्यामध्ये समूहशक्ती निर्माण होते.

८) एकात्मतेची भावना : स्वयंसहाय्यता बचत गटामुळे एकाच ठिकाणी राहणाऱ्या परंतु परस्परांशी जवळीक नसणाऱ्या महिला एकत्र येतात. एकमेकांबद्दल आदर, भावनिक संबंध, बांधिलकीची भावना, एकीसाठी सर्व, सर्वांसाठी एक, अशा भावना वृद्धिंगत होते.

९) समानता : स्वयंसहाय्यता बचत गटामुळे सर्व बाबतीत समानता/साधर्म्य असणारे एकत्र येतात. ही समानता वय, व्यवसाय, वस्ती, वावर, लिंग, भाषा, प्रश्न, स्थिती, सुखदुःखे इ. बाबत असते.

१०) सामुदायिक निर्णय व कृती : स्वयंसहाय्यता बचत गटात सर्व आर्थिक, सामाजिक, कौटुंबिक समस्यांवर तसेच गटातील व्यवहारांबाबत सर्व निर्णय सामुदायिक होतात, कृती सामुदायिक असते.

११) व्यवहाराच्या प्रमाणात लाभ : स्वयंसहाय्यता बचत गटामध्ये किती व्यवहार कोणी केला, त्याप्रमाणात लाभांश मिळतो. सभासदांच्या बचतीच्या प्रमाणात सर्वांना लाभ मिळतो. त्यामुळे समानतेच्या तत्त्वाचे पालन होते.

१२) सहकारांतर्गत सहकार : स्वयंसहाय्यता बचत गट हे सहकाराप्रमाणे असून सहकारातून साकार होतो. कारण सभासदातून सभासदांना सहकार्य मिळते.

१३) सहकारशिक्षण/प्रशिक्षण : स्वयंसहाय्यता बचत गटातील सर्व सदस्यांना सहकाराप्रमाणे व्यावसायिक शिक्षण, प्रशिक्षण दिले जाते. तसेच व्यवसायांना बाजारपेठा मिळवून दिल्या जातात. त्यामुळे सहकार प्रवृत्ती वाढीस लागते.

१४) अधिकृत नोंदणी : स्वयंसहाय्यता गटांना शासकीय यंत्रणेत सहकार व बँकाप्रमाणे अधिकृत नोंदणी करण्याची गरज नसते. फक्त गटाच्या नावाने बँकेत खाते उघडले जाते. परंतु गटातील सामाजिक, आर्थिक व्यवहारांच्या नोंदी ठेवल्या जातात, त्यामुळे गटात पारदर्शकता येते.

१५) स्वनिर्मित व लवचिक नियमावली : स्वयंसहाय्यता बचत गटासाठी सर्व समावेशक अशी शासकीय नियमावली नसते. प्रत्येक गट स्वनिर्मित नियमावली परिस्थितीनुसार तयार करतो, त्यामध्ये लवचिकता असते.

१६) काटकसरवृत्ती : स्वयंसहाय्यता बचत गटामध्ये सभासद आर्थिक दृष्ट्या कमकुवत असतात, ते कुटुंबातील खर्चातून बचत करतात. कारण सदस्य परावलंबी असतात. त्यामुळे काटकसर करून बचत करतात.

१७) सुरक्षितता : बँकांच्या मूलभूत तत्त्वाप्रमाणे सुरक्षितता प्राप्त होते. गटातील व्यवसायांना विम्याद्वारे सुरक्षितता मिळते. शिवाय व्यवसायांना सुरक्षित बाजारपेठा आहेत.

१८) धनव्यवहाराबरोबर मनव्यवहार : स्वयंसहाय्यता गटात धनाबरोबर मानसिक व्यवहार होतो. आर्थिक व्यवहारात बचत, कर्ज, विमाव्यवसाय इ. बरोबर कौटुंबिक, सामाजिक प्रश्न, वैयक्तिक अदृश्य समस्या इ.ची सोडवणूक केली जाते.

१९) महिलांची सर्वाधिक संख्या : स्वयंसहाय्यता गट चळवळीमध्ये महिलांच्या बचत गटांची संख्या सर्वाधिक आहे. पुरुष गट संख्या नाममात्र आहे. शिवाय महिला गट सक्षम आहेत.

२०) सभासद निवड व संख्या : गटातील सभासद संख्या कमीत कमी ५ ते जास्तीत जास्त २० असते. कारण ५ पेक्षा कमी असल्यास साधनशुचिता तयार होत नाही व २० पेक्षा जास्त केल्यास कंपनी कायद्यानुसार गटाची नोंदणी करावी लागते. सभासद निवड ही समान आर्थिक, सामाजिक, परिस्थिती, परस्पर आपुलकी, जिव्हाळा, अशा सभासदांची निवड स्वतः करतात.

२१) विश्वासाचे प्रतीक : स्वयंसहाय्यता बचत गट चळवळ अतिशय विश्वासाने चालते. सर्व व्यवहार विनातारण विश्वासाने चालतात. सभासदांना हक्काने व विश्वासाने मदत होते. फसवणूक होत नाही. त्यामुळे समाजाचा विश्वास वृद्धिंगत होतो.

२२) हक्काचे व्यासपीठ : स्वयंसहाय्यता बचत गट हे महिलांना एकत्रित करण्याचे, त्यांच्या कला गुणांना, कौशल्यांना, वक्तृत्वाला संधी देणारे, विचारांची देवाणघेवाण करणारे हक्काचे व्यासपीठ आहे.

२३) कार्यकर्ते निवृत्ती – स्वयंसहाय्यता बचत गट चळवळीमध्ये सभासद व कार्यकर्ते निवृत्त होतात. सभासदांचे वारसदार नियुक्त केले जातात. त्यामुळे गट चळवळ प्रक्रिया अखंड राहाते.

२४) भावी नियोजन : स्वयंसहाय्यता बचत गटाचे प्रत्येक सभेत भावी नियोजन तयार केले जाते. नियोजनपूर्वक कारभार चालतो. शिवाय नियोजनाची दखल घेऊन मान्यता दिली जाते.

२५) मुक्त अभियान : स्वयंसहाय्यता चळवळ अनौपचारिक असून कोठेही नोंदणी करावी लागत नाही, बंधने नाहीत, शिवाय ह्या चळवळीत नावनोंदणी न केलेली मित्रमंडळ, क्रीडामंडळे, नाट्यमंडळे, भजनीमंडळे, सामाजिक संस्था इ.

सक्रिय सहभागी होऊ शकतात. कोणतीही व्यक्ती व्यक्तिगत पातळीवर या चळवळीला दिशा, मार्गदर्शन देऊ शकतात.

२.४ स्वयंसहाय्यता गटाचे वर्गीकरण : स्वयंसहाय्यता समूह हे ग्रामीण भागातील गरीब कुटुंबातील व्यक्तींनी एकत्र येऊन स्थापन केलेले असतात. या गट स्थापनेमागे प्रेरकाची भूमिका महत्वाची असते. गटाची स्थापना किंवा निर्मिती कोणत्या उद्दिष्टानुसार झाली त्यानुसार गटाचे प्रकार आहेत.

१. मिश्र स्वयंसहाय्यता गट : ज्या गटामध्ये पुरूष व महिला हे दोघेही सभासद असतात अशा गटांना मिश्रगट म्हणतात.

२. महिला स्वयंसहाय्यता गट : ज्या गटामध्ये फक्त महिला सभासद असून महिलांद्वारे व्यवस्थापन केले जाते त्यास महिला स्वयंसहाय्यता गट म्हणतात. सद्यःस्थितीत या प्रकारच्या गटांची संख्या सर्वाधिक आहे.

३. पुरुष स्वयंसहाय्यता गट : या स्वयंसहाय्यता समूहामध्ये केवळ पुरूषच सदस्य असतात. त्यास पुरूष स्वयंसहाय्यता गट म्हणतात.

४. स्वर्णजयंती स्वरोजगारांतर्गत स्वयंसहाय्यता गट : ज्या स्वयंसहाय्यता समूहामध्ये स्त्री व पुरूष दारिद्र्य रेषेखालील सभासद असतात, त्यांना स्वर्णजयंती स्वरोजगार स्वयंसहाय्यता गट असे म्हणतात. या योजनेनुसार फक्त दारिद्र्यरेषेखालील महिला, पुरुषांना अनुदान स्वरूपात लाभ घेण्यासाठी गट निर्माण केले जातात.

५. बचत गट : आपल्या उत्पन्नातील काटकसर करून बचत करून त्याद्वारे सभासदांना गरजेनुसार कर्ज रूपाने पैसे देणे, कर्जाची परतफेड करणे, व्यवसाय करणे, वित्तीय सस्थांकडून कर्ज उभारणी करणे, विमा, उत्पादनवाढीसाठी वैयक्तिक व सामूहिक उद्योग निर्माण करणे; सर्व सदस्य आत्मनिर्भर बनणे अशा समूहास बचत गट म्हणतात. हा प्रकार सर्व व्यापक असून या गटांचा प्रचार व प्रसार मोठ्या प्रमाणात होत आहे.

२.५ स्वयंसहाय्यता बचतगटाचे स्वरूप : प्रत्येक व्यक्तीला जेव्हा उत्पन्नापेक्षा खर्च जास्त होतो तेव्हा कर्जाची गरज निर्माण होते. या कर्जाच्या गरजा भागविण्यासाठी विविध वित्तीय संस्था कार्यरत आहेत. परंतु गरीब समाजासाठी या संस्था फारशा पुढाकार घेत नाहीत. कारण गरिबाकडे उत्पन्न साधने मर्यादित असतात. तारण नसते, त्यामुळे कर्ज मिळत नाही. त्यामुळे खाजगी अभिकर्त्यांकडून भरमसाठ व्याजदराने कर्ज घ्यावी लागतात. कारण सावकारी कर्ज विनातारण, विना कागदपत्र, अनुत्पादक, तत्काळ मिळते. त्यामुळे सावकारी कर्जाचा जनमानसावर

कायम पगडा आहे. सावकारी पाशातून मुक्तता व्हावी म्हणून सहकार चळवळ जोमात सुरू झाली. परंतु १०० व्या वर्षाच्या शेवटी ही चळवळ सरकाराची बटिक बनली. राजकारण, भ्रष्टाचार, दप्तरदिरंगाई, यामुळे सहकार चळवळ बदनाम झाली आहे. सुवर्णमध्य म्हणून स्वयंसहाय्यता गट चळवळ फोफावत आहे. स्वयंसहाय्यता गटाचे स्वरूप अभ्यासताना व्यवहारातील वित्तीय संस्था व खाजगी संस्था यांच्यातील साम्यभेदावरून स्वरूप सांगता येते. हे तक्त्या क्र २.१ वरून स्पष्ट होईल.

२.६ स्वयंसहाय्यता गटांची आवश्यकता :

१) ग्रामीण दुर्बल महिलांना बचतीस प्रवृत्त करणे.

२) महिलांचे आर्थिक/सामाजिक/मानसिक सबलीकरण करणे.

३) स्वयंसहाय्यता गटामुळे महिलाचा कौटुंबिक दर्जा वाढविणे व दबाव गट निर्माण करणे.

४) आर्थिकदृष्ट्या दुर्बल घटकांना सावकाराच्या पाशातून मुक्त करणे.

५) स्वयंसहाय्यता गटामार्फत महिलांना संघटित करून स्व अस्तित्वाची जाण करून देणे.

६) महिलांमध्ये आत्मसन्मान व आदर निर्माण करणे.

७) स्वयंसहाय्यता गटातर्फे महिलांना काटकसर, बचतीची सवय वृद्धिंगत करून नेतृत्व गुण विकसित करणे.

८) स्वयंसहाय्यता गटाद्वारे सामाजिक उपक्रम राबविणे.

९) महिलांच्या ज्ञान कक्षा रूंदावणे.

१०) स्वयंरोजगार निर्मितीसाठी स्वयंसहाय्यता गटाद्वारे प्रशिक्षण देऊन उद्योजकता वृद्धिंगत करणे.

११) महिलांना बँकिंग व्यवहाराची माहिती करून देणे.

१२) ग्रामपातळीवर उपलब्ध साधनसंपत्तीच्या आधारावर आवश्यक ज्ञान, कौशल्याच्या जोडीने समुदायाच्या गरजा भागविणे.

१३) स्वयंसहाय्यता गटामुळे महिलांना ग्रामविकासात सहभाग वाढवून, ग्रामनिर्णय व नेतृत्व वाढीस लावणे.

१४) पंचायत राजसत्तेत सहभागी होण्यासाठी सक्षम करणे.

१५) स्त्री दुष्टिकोनाबाबत पुरूषांच्या मानसिकतेत बदल घडवून आणणे.

१६) स्वयंसहाय्यता समूहाद्वारे वित्तीय संस्थाकडून पतविस्तार करून पतशक्ती वृद्धिंगत करणे.

तक्ता क्र. २.१ साम्यभेद

अनु.	बाबी /संस्था	सावकारी	भिशी	चिटफंड	बँक	पतसंस्था	पोस्ट	बचतगट
१	स्थापना	सहज	सहज	सहज	अवघड	अवघड	---	स्वयंस्फूर्त
२	सभासद संख्या	एक	अमर्यादित	अमर्यादित	जास्त	किमान १००० नवीन नियमानुसार	शासन व्यवस्था	१० ते २०
३	भांडवल	हजारात	निश्चित	किमान ५ लाख	किमान ऐपतीप्रमाणे	५ लाख रू. नवीन नियमानुसार	---	जमेल तेवढे
४	भांडवल उभारणी स्त्रोत	स्वतःचे	वर्गणी	वर्गणी	भाग भांडवल सरकारी हिस्सा	भाग भांडवल नफा	---	बचत स्वरूपात
५	नियम	स्वतःचे	स्वतःचे	स्वतःचे	आर. बी. आय	सहकार कायदा १९६०	शासन	स्वतःचे, स्वयंभू
६	नियमाचे स्वरूप	लवचिक	ताठर	ताठर	ताठर	बदलासाठी परवानगी	ताठर	लवचिक
७	निर्णय	व्यक्तीचे	चिठीनुसार चिठ्ठी	व्यक्तीचे चिठ्ठी	व्यवस्थापन मंडळ	संचालक मंडळ	सरकारचे	समूहाचे
८	साहाय्य	गरजेनुसार	नशिबावर	नशीबावर मर्जीप्रमाणे	अवघड/संचालक मंडळ मर्जीनुसार	अवघड/संचालक मंडळ मर्जीनुसार	नसतेच	सहज/ गरजेप्रमाणे
९	कर्जकारण	विचारपूस नाही	विचारणा नाही	विचारणा नाही	विचारतात	विचारतात	---	विचारतात/ समजून घेतात
१०	कर्ज तारण	सोने/शेती स्थावर मालमत्ता	गरज नाही	गरज नाही	सोने/वस्तू	जामीनदार	---	बचत तारण

११	व्यवहारनोंदी	वहीत/बोगस	नोंद नाही	आहे	गुंतागुतीचे	गुंतागुतीचे	गुंतागुतीचे	सोपे व कमीत कमी
१२	कर्ज –खर्च	थोडाफार	नाही	नाही	जास्त	जास्त	---	नाही
१३	विश्वास	नाही	नाही	नाही	थोडाफार	थोडाफार	आहे	जास्त विश्वासार्हता
१४	कायदा आधार	नाही	नाही	नाही	आहे	आहे	आहे	आहे
१५	व्याजदर	भरमसाठ	भरमसाठ	भरमसाठ	कमी	थोडे जास्त	---	नाममात्र
१६	निर्बंध	बंधन/ मर्जीप्रमाणे	नाही	बंधन नाही	बंधन आहे	बंधन आहे	बंधन आहे	सर्वांच्या सोयीप्रमाणे
१७	परिवर्तन विकास	विचार नाही	नाही	नाही	विकास मान्य	विकास मान्य	विकास मान्य	परिवर्तन व विकास मान्य
१८	महिला सहभाग	नाही	कमी	कमी	कमी	मध्यम	मध्यम	जास्त आहे
१९	सामाजिक उपक्रम	नाही	नाही	नाही	थोडेसे	थोडेसे	नाहीत	मोठया प्रमाणात
२०	भवितव्य	नाही	नाही	फार कमी	थोडे फार	थोडे फार	आहे	उज्ज्वल भवितव्य

संदर्भ – 'बटवा'– स्वयंसहाय्यता गटाचे भित्तीपत्र, प्रकाशित डॉ. सुधा कोठारी, चैतन्य संस्था, खेड.

१७) महिलांना एकमेकींशी मुक्त संवाद करण्यासाठी विचारांची व अनुभवांची देवाणघेवाण करण्यासाठी हक्काचे व्यासपीठ म्हणून स्वयंसहाय्यता गटाची आवश्यकता आहे.

१८) स्वयंसहाय्यता समूहाद्वारे महिलांना राजकीय शक्ती प्राप्त करून घेण्याची संधी मिळू शकते.

१९) स्वयंसहाय्यता गटामुळे स्वावलंबन, मानसिक व वैचारिक, आर्थिक उन्नतीचे आणि सामाजिक प्रगतीचे उत्तम माध्यम म्हणून आवश्यकता आहे.

२०) बँकिंग व्यवस्थेला विश्वासू व खात्रीलायक ग्राहकांसाठी स्वंयसहाय्यता गट आवश्यक आहे.

२१) ग्रामीण भागातील अदृश्य स्वरूपाच्या, निकामी पडून असलेल्या बचती गटाद्वारे व्यवहारात आल्यामुळे पतनिर्मित क्षमता वृद्धिंगत होण्यास मदत होते.

२२) स्वयंसहाय्यता गटामुळे गटातील सदस्य, पर्यायाने कुटुंब, गाव, राज्य व देशाचे उत्पन्न वृद्धिंगत होऊन सर्वागीण विकास साध्य होत आहे.

२.७ स्वयंसहाय्यता गट स्थापना व कार्यपद्धती : स्वयंसहाय्यता गटाची चळवळ जगभर वेगवेगळ्या संकल्पनेतून साकार होत असली तरी सर्व संकल्पनेच्या मुळाशी महिला सक्षमीकरण म्हणून जगभर ही चळवळ फोफावत आहे. सन १९७० च्या दशकाच्या शेवटी बांगलादेशातील चित्तगाव विद्यापीठातील अर्थशास्त्र विषयांचे प्राध्यापक व बांगला देश ग्रामीण बँकेचे प्रणेते 'डॉ. महमंदयुनूस' यांच्यामुळे सुरू झाली. त्यांच्या प्रेरणेतून जगभर विशेषतः विकसनशील देशात ही चळवळ फोफावत आहे.

भारतामध्ये बांगलादेशाच्या धरतीवर स्वयंसहाय्यता गटाचा प्रयोग कर्नाटकातील मायराडा (म्हैसूर रिसेंटलमेंट ॲन्ड डेव्हलपमेंट एजन्सीज) यांनी सुरू केले आहेत. सन १९९१ -१९९२ मध्ये नाबार्डने स्वयंसहाय्यता गटांच्या चळवळीचे काम जोमाने सुरू करून सन १९९३ मध्ये रिझर्व्ह बँकेच्या आदेशानुसार गटांच्या अस्तित्वाला मान्यता दिली. भारताच्या कानाकोपऱ्यात चळवळीचा उल्लेख जाणवत आहे. भारतामध्ये गेल्या दहा बारा वर्षांत ही चळवळ नव्या स्वरूपात सुरू आहे. महाराष्ट्रात बचत गटाची संकल्पना यापूर्वीच वेगळया पद्धतीने आल्याचे दिसते. सन १९४७ मध्ये अमरावती जिल्ह्यात काही सासवासुनांनी एकत्र येवून फक्त २५ पैसे बचतीस प्रारंभ केला आहे. महाराष्ट्राला ही कल्पना नवीन नाही. सन १९७० पासून प्रक्रियेला सुरूवात झाली. सन १९९३ मध्ये महाराष्ट्र शासनाने (तत्कालिन

मुख्यमंत्री मा. शरद पवार) महिला आयोग जाहीर करून महिला स्वयंसहाय्यता गट चळवळीला प्राधान्यक्रम दिल्याने महाराष्ट्राच्या सर्व जिल्ह्यांच्या कानाकोपऱ्यात फोफावली. आज सर्व जिल्ह्यांमध्ये स्वयंसेवी संस्थांमार्फत गटांचे सक्षमीकरण केले जात आहे. गट स्थापनेच्या कार्यपद्धतीत स्वयंसेवी संस्था फार मोठे योगदान देत आहे. स्वयंसेवी संस्थांमार्फत किंवा इतर अभिकर्त्यांमार्फत स्वयंसहाय्यता गट स्थापना कार्यपद्धती पुढील टप्प्याटप्प्याने होतात.

अ) गट स्थापना/निर्मिती प्रक्रिया : कोणत्याही कार्याची सुरुवात करताना प्रेरणा आवश्यक असते. ही प्रेरणा निर्माण करण्यासाठी कोणीतरी पुढे यावे लागते. गाव, वाडी, वस्तीवरील लोकांना विशेषतः महिलांना एकत्र करून गटांची स्थापना केली जाते. बचतीचे, काटकसरीचे, गट स्थापून इ. महत्त्व विशद केले जाते. गट स्थापन करण्यासाठी पूर्वतयारी आवश्यक असते. गट स्थापन प्रक्रिया पुढीलप्रमाणे–

१) गट स्थापना करणे : एकाच गावातील, वाडीवस्तीमधील एकाच प्रभागातील, एकाच आर्थिक परिस्थितीतील १० ते २० व्यक्ती एकत्र करून गटाची स्थापना केली जाते. यामध्ये समविचारी, समान स्थिती असणाऱ्या महिलांचे बचत गट निर्माण होतात.

२) गटाला नाव देणे : स्वयंसहाय्यता गटाची स्थापना झाल्यानंतर गटाला नाव द्यावे लागते व त्या गटाच्या नावाने व्यवहार केले जातात.

३) गटाच्या पदाधिकाऱ्याची निवड : गटातील सभासदांमधून लोकशाही पद्धतीने गटाच्या कामकाजासाठी पदे निर्माण करावी लागतात. सर्वसाधारणपणे, अध्यक्ष, सचिव आणि खजिनदार किंवा कोशाध्यक्ष अशी तीन पदे असतात. काही गटांमध्ये उपाध्यक्ष असतात. काही गटांमध्ये सचिव व खजिनदार एकच व्यक्ती असू शकते. काही गटांमध्ये संघटिका व सहसंघटिका अशी पदे निर्माण केलेली आहेत.

स्वयंसहाय्यता बचत गटात पदाधिकारी निवडताना दक्षता घेतली जाते. कमीत कमी लिहिता वाचता येणाऱ्या व थोडाफार हिशोब सांभाळणाऱ्याची निवड केली जाते. या पदाधिकाऱ्यांची निवड विशिष्ट मुदतीपर्यंत केली जाते.

४) गटाचे बँकेत खाते उघडणे : स्वयंसहाय्यता गटाला जे नाव सर्वसंमतीने दिले जाते त्याच नावाने कोणत्याही राष्ट्रीयीकृत किंवा जिल्हा मध्यवर्ती सहकारी बँकेत खाते उघडले जाते. खाते उघडताना गटाच्या पदाधिकाऱ्यासह सर्व सभासदांच्या सहीने

खाते उघडले जाते. खाते उघडताना बँक नियमानुसार सुरूवातीस काही रक्कम भरावी लागते. खाते उघडण्यासाठी गटाच्या नावाचे व पदाधिकाऱ्यांच्या पदानुसार शिक्के तयार करून घ्यावे लागतात. अशा प्रकारे पूर्वतयारी करून गट स्थापन केला जातो.

ब) गट स्थापनेनंतरची गट कार्यपध्दती : गटाची स्थापना झाल्यानंतर खऱ्या अर्थाने गटाच्या कामकाजाची सुरूवात होते.

१) मासिक सभा : गटाच्या संघटिका किंवा सहसंघटिकाने मासिक सभेची तारीख, वेळ, ठिकाण निश्चित करून मासिक सभेची सूचना दिली जाते. तसेच सभेची वेळ सर्व सदस्यांना सोयीस्कर अशीच निश्चित केली जाते. शक्यतो सभेची वेळ संध्याकाळी ठेवली जाते. कारण गटामधील महिला सदस्या दिवसभर कामाला जातात. संध्याकाळची वेळ आदर्श मानली जाते. सभेची सुरुवात गीत, प्रार्थना, अभंग, ओव्या याने केली जाते. मागील सभेचा इतिवृतांत वाचून कायम केला जातो.

२) सभासद उपस्थिती : मासिक सभेस सर्व सभासदांची उपस्थिती अनिवार्य असते. एखाद्या सभासदास गंभीर अडचण असल्यास पूर्वकल्पना देऊन ती अनुपस्थित राहू शकते. अन्यथा दंड द्यावा लागतो.

३) बचत जमा करणे : सर्व सदस्य उपस्थित झाल्यानंतर सभेच्या सुरूवातीस निश्चित केलेली बचत रक्कम जमा करून घेतली जाते. ज्या सदस्यांची बचत आली नसेल त्या सदस्यास दंड आकारला जातो.

४) गटांतर्गत कर्ज वाटप व वसुली : गटाच्या मासिक सभेमध्ये बचत जमा झाल्यानंतर दिलेल्या कर्जाचे मुद्दल व्याजासह जमा करून घेतले जाते. सर्व रक्कम जमा झाल्यानंतर कर्ज वाटपाचा निर्णय सर्वानुमते घेतला जातो. हे कर्जवाटप बँकेमार्फत केले जाते.

५) नोंदी : स्वयंसहाय्यता गटातील सर्व व्यवहार झाल्यानंतर सभेतच सचिव गटाच्या दप्तरामध्ये नोंदी करतात, ह्या नोंदींसाठी

१) खतावणी (कॅशबुक)
२) सदस्य बचत खतावणी
३) सदस्य कर्ज खतावणी
४) सदस्य पासबुक
५) सभेचे इतिवृत्तांत (प्रोसेडींग बुक) इ. दप्तर वापरावे लागतात.

या दप्तरांचा नमुना परिशिष्टांमध्ये दिला आहे.

६) समस्यांवर चर्चा व निर्णय घेणे : सभेमध्ये सर्व आर्थिक व्यवहार झाल्यानंतर सामाजिक व इतर प्रश्नावर चर्चा करून निर्णय घेतले जातात. या चर्चेमध्ये गटाचे पूर्ण महिनाभराचे नियोजन केले जाते. तसेच ठराव, शैक्षणिक प्रश्न, व्यक्तिगत प्रश्न, गाव पातळीचे प्रश्न इत्यादींवर चर्चा करून मार्ग काढला जातो. त्यामुळे मानसिक आधार मिळतो.

७) सभेची सांगता : सभेचे कामकाज संपल्यानंतर सर्व तपशील पुन्हा सांगितला जातो. सचिव किंवा अध्यक्ष सर्वांचे आभार मानून सभेची सांगता करतात. मासिक सभेनंतर दुसऱ्या दिवशी बँकेत भरणा केला जातो.

क) स्वयंसहाय्यता समूहाचे मूल्यांकन : स्वयंसहाय्यता समूह व्यवस्थित रितीने कार्यरत आहे किंवा नाही हे जाणून घेण्यासाठी गटाचे मूल्यांकन तीन स्तरावर केले जाते. गटाचे बँकेत खाते उघडल्यानंतर सहा महिन्यांनंतर १) निरंतन प्रक्रिया २) सहभागी प्रक्रिया ३) प्रवाही प्रक्रिया या प्रमाणे मूल्यांकन केले जाते. गटाचे मूल्यांकन करून गुण दिले जातात. गुणानुसार श्रेणी ठरविली जाते. या श्रेणीनुसार बँका गटांना वित्तीय मदत करतात. मूल्यांकनामुळे गटातील उणिवा शोधून त्या दूर करण्याचा प्रयत्न केला जातो.

स्वयंसहाय्यता समूहाचे मूल्यांकन करण्यासाठी तालुका पातळीवर समिती असते. या समितीत गटविकास अधिकारी, विस्तार अधिकारी, बँक शाखाधिकारी, स्वयंसेवी संस्थांचे अधिकारी किंवा प्रतिनिधी असतात. या समितीतील सदस्य ठरविण्याचा अधिकार जिल्हा ग्रामीण विकास यंत्रणा व जिल्हा अग्रणी बँक व्यवस्थापक यांना आहे.

स्वयंसहाय्यता समूहाच्या मूल्यांकनाचे तीन स्तर असले तरी सहभागी मूल्यांकन हाच स्तर महत्वाचा मानला जातो. सहभागी मूल्यांकन दोन प्रकारे केले जाते.

१) मासिक देखरेख : स्वयंसहाय्यता समूहाचे मासिक देखरेख मूल्यांकन खालील मुद्यांशी केले जाते.

१) बैठकीची पूर्वतयारी	२) सभा सातत्य
३) निश्चित वेळ, वार, बैठक	४) उपस्थिती
५) बचत सातत्य	६) अंतर्गत कर्जवाटप व वसूली
७) इतिवृत्त लेखन	८) सभेतील सहभाग
९) हिशोब व व्यवहारनोंदी	१०) सामूहिक चर्चा व निर्णय
११) रोख शिल्लक	१२) विमा

१३) सामाजिक उपक्रम

१४) गटाच्या कामाची पध्दत

१५) कर्जाचा विनियोग

१६) गटाच्या नियमाबाबत अंमलबजावणी व जागरूकता

१७) समूहातील सदस्यांचा शैक्षणिक स्तर

१८) सरकारी कार्यक्रम व योजनासंबधी माहिती या मुद्याने मूल्यांकन केले जाते.

२) वार्षिक देखरेख : समूहाचे वार्षिक देखरेख मूल्यांकन केले जाते. त्यासंबधी मुद्दे पुढीलप्रमाणे :

१) जबाबदारीतील बदल

२) सामूहिक निधी

३) कर्ज वाटपातून गरजापूर्ती

४) उत्पन्नात वाढ

५) रोजगार निर्मिती

६) वित्तसंस्थाचे आर्थिक सहाय्य

७) विमा

८) प्रशिक्षण

९) गटागटातून कर्ज व्यवहार

१०) ऑडिट

११) नवीन गटनिर्मिती

१२) महिलांचे सबलीकरणास सहाय्य

१३) कर्जफेड

१४) सामाजिक उपक्रम

१५) हिशोबनीस नेमणूक

१६) गटाचे संघ सदस्यत्व

१७) वार्षिक सभा.

या मुद्यांशी गटाचे मूल्यांकन केले जाते.

गटांचे मूल्यांकन झाल्यानंतर गटांचे तीन प्रकारात वर्गवारी केली जाते. अशी वर्गवारी तीन रंगात करून गटाचा दर्जा ठरविला जातो ते पुढीलप्रमाणे.

अ. नं.	श्रेणी	रंग	वर्गवारी
१	अ	हिरवा ○	उत्तम
२	ब	पिवळा ○	साधारण
३	क	लाल ○	चिंताजनक

वर्गवारीनुसार बँकेचे वित्तीय सहाय्य मिळते. प्रत्येक गट हिरव्या रंगात जाण्याची स्पर्धा करीत असतो. या वर्गवारी वरून गटाचे सक्षमीकरण निश्चित होते.

ड) स्वयंसहाय्यता समूहाची बँकेशी संलग्नता : स्वयंसहाय्यता गटाचे खाते बँकेत उघडून गटाचे मूल्यांकन केल्यानंतर गटाची संलग्नता बँकाकडून होते. त्यामुळे बँकांकडून गटांना वित्तपुरवठा केला जातो. स्वयंसहाय्यता समूह हा स्वर्णजयंती

ग्राम स्वरोजगार योजनांतर्गत असेल, तर प्रथम खेळते भांडवल रुपये २५,०००
गटाला एक वर्ष मुदतीसाठी मिळते, त्यामध्ये रुपये १५,००० अनुदान दिले जाते.
रुपये १०,००० कर्ज फेड करावी लागते. एका वर्षानंतर खेळते भांडवल परतफेड
झाल्यानंतर व्यावसायिक किंवा उद्योगधंद्यांना ५०% अनुदान स्वरूपात कर्जवाटप
केले जाते. या कर्जाची परतफेड ३ ते ५ वर्ष इतकी असते. बिगर दारिद्र्य रेषेतील
गटांना मूल्यांकन केल्यानंतर गटाच्या बचत रकमेच्या प्रमाणात कर्जवाटप केले जाते.

समूहास मिळालेल्या कर्जाचे वाटप सभासदांना गट करीत असतो.
कर्जविषयक अटी, व्याजदर, परतफेड कालावधी इ. ठरविण्याचा अधिकार गटांचा
असतो. बँक कर्जासाठी जामीनाची आवश्यकता नसते. कारण संपूर्ण गट दिलेल्या
कर्जास जबाबदार असतो.

स्वयंसहाय्यता गटांना बँका, कर्ज देताना फारसे दस्तऐवज द्यावे लागत नाहीत.
फक्त सामंजस्य करार मुद्रांकित केला जातो. तसेच कर्ज–अर्ज तपशीलवार भरून
घेतात. बँकाकडून घेतलेले कर्ज रोख किंवा धनादेशाच्या स्वरूपात मिळत असते.

इ) स्वयंसहाय्यता गटाकडून कर्जफेड : स्वयंसहाय्यता गटाकडून
मूल्यांकन झाल्यानंतर बँकातर्फे वित्तसाहाय केले जाते. वित्तीय परतफेडीचे हप्ते बँका
निश्चित करतात, त्यानुसार परतफेड करावी लागते. बँकाच्या कर्जास सामूहिकरित्या
गट जबाबदार असतो, त्यामुळे कर्जवसुली उत्तमरित्या होत आहे. स्वयंसहाय्यता
समूहाचे कर्ज सुरक्षित व लाभता या तत्वानुसार बँकांना सोयीस्कर वाटतात. बँकांना
वसुलीसाठी खर्च करावा लागत नाही.

ई) उद्योजकीय दृष्टिकोन विकसित : स्वयंसहाय्यता गटाची स्थापना
झाल्यानंतर गटातील सदस्यांना उद्योजकीय प्रशिक्षण देऊन उद्योजकता वाढीस
लावली जाते, त्यामुळे गटाचे मजबुतीकरण होते, गट कमवता बनत जातो.

उ) संघप्रक्रिया गुंफण : स्वयंसहाय्यता समूहाच्या निर्मितीचे टप्प्यानंतर
समूहाचा संघ केला जातो. सर्व स्वयंसहाय्यता समूह एकत्र येऊन संघाची स्थापना
करतात. भौगोलिक क्षेत्रातून गटांची विभागणी करून संघ केला जातो. सर्व संघाचे
एकत्रीकरण करून महासंघ केला जातो. यामुळे गटागटात समन्वय राहून गटांची
ताकद वाढत असते. प्रत्येक गटाच्या संघटिका व सहसंघटिका संघाचे सदस्य
असतात. संघाच्या सदस्या महासंघाचे कार्यकारी मंडळ निवडतात.

या संघ व महासंघाची नोंदणी सार्वजनिक न्यास नोंदणी कायद्यानुसार
केली जाते.

ऊ) स्वयंसहाय्यता समूहाचा संदेश प्रसार : स्वयंसहाय्यता समूहाची निर्मिती टप्प्याटप्प्याने झाल्यानंतर गटांमार्फत नवीन गटाची निर्मिती, बांधणी, संगोपन, मजबुतीकरण, बँक संलग्नता इ. बाबत प्रत्येक गट प्रचार, प्रसार, करून गट चळवळ मजबूत केले जातात. अशा प्रकारे गटनिर्मित प्रक्रियेतून गटाची कार्यपध्दती चालू असते.

२.८ स्वयंसहाय्यता समूहाची मार्गदर्शक नियमावली : स्वयंसहाय्यता गट चळवळ परस्पर विश्वासातून चाललेली असते. गटातील सदस्य स्वतःच नियम करतात, अंमलबजावणी करतात, नियम लादले जात नाही. स्वयंप्रेरणेने अडचणीतून नियम तयार होतात, त्यामुळे नियम चिरकाल टिकतात. उद्दिष्टांनुसार व परिस्थितीनुसार गटाच्या नियमावलीत बदल करतात. प्रत्येक गटाचे उपनियम असले तरी सर्व समावेशक असे नियम खालीलप्रमाणे केले आहे.

अ) स्वयंसहाय्यता गटाविषयी नियम :

१) एकाच गावातील, वस्तीतील कमीत कमी १० ते जास्तीत जास्त २० सदस्य असावे.
२) गटास अध्यक्ष व सचिव असे दोन प्रतिनिधी असावेत.
३) गटाच्या कारभारात पारदर्शकता असावी.
४) गटाचे दप्तर काटेकोर व सुबक असावे.
५) महिला गटाच्या सभासदाबाहेरील पुरूषांना सहभाग नसावा.
६) एखादी महिला नव्याने गटात येत असेल तर पूर्वीचे सर्व पैसे व्याजासहित भरावे लागतात.
७) एखादी महिला गट सोडून जाणार असेल तर फक्त बचत पैसे परत द्यावे.
८) गटाच्या नियमित सभा घेऊन, आर्थिक शिस्त पाळावी.
९) गटाचे विसर्जन सर्वानुमते करावे परंतु कर्जफेड अगोदर करून घ्यावी.
१०) गटाच्या कार्याबद्दल टिंगलटवाळी करू नये.

ब) सभासदविषयक नियम :

१) गटातील सर्व सभासद एकाच परिस्थितीतील, एकाच ठिकाणातील सर्वाबाबत समानता असणारे असावेत.
२) गटातील सभासद १८ वर्षापेक्षा जास्त वय असणारी विवाहित महिला असावी.

३) स्वेच्छेने सभासदत्त्व राहील.

४) एकाच कुटुंबातून एकाच गटात एकजण सभासद राहील.

५) बचत रक्कम, नियमित कर्जफेड, सभेस उपस्थिती इ. गोष्टी सभासदावर बंधनकारक असेल.

६) समूहाचा निर्णय बंधनकारक असेल.

७) सभासदत्व शक्यतो, प्रारंभीच दिले जाईल.

८) जात, पात, धर्म, वंश, पंथ, भाषा, प्रांत असे भेद केले जाणार नाहीत.

९) गटातील प्रश्न सोडविताना महिला सभासदाने कुटुंबातील पुरूषांना गटात आणता कामा नये.

१०) सभासदाने गटाचे संकेत, बैठकीचे संकेत इ. पालन करून आर्थिक स्वावलंबी बनावे, साक्षर बनावे.

क) गटाच्या सभेविषयी नियम :

१) स्वयंसहाय्यता गटाची सभा ठरविल्याप्रमाणे मासिक/आठवडा होईल

२) गटाच्या बैठकीची तारीख --------- वेळ --------- जागा--------- अगोदरच निश्चित केलेली असावी.

३) गटाच्या सभेला सभासदाने स्वतः यावे, कोणीही कोणाला बोलविणार नाही.

४) विना परवानगी गैरहजर सभासदास दंड रु.------ ठेवावा.

५) सभेचा इतिवृत्तांत लेखी ठेवला जाईल.

६) सभेची सुरुवात गीत, प्रार्थना याने करून नंतर धनव्यवहार त्यानंतर मनव्यवहार करून समस्या व चर्चा केली जाईल. सभेच्या शेवटी गाणे घेतले जाईल.

७) बैठकीचे संचालन संघटिका/अध्यक्ष करेल. सर्व नोंदी सहसंघटिका/सचिव करील. गटात कोणीच शिक्षित नसेल तर लेखन सहाय्यक कोणालाही घेता येईल.

८) सभेमध्ये सभासदाव्यतिरिक्त इतर कोणालाही प्रवेश नसेल. काही मंडळी दर्शक म्हणून बसली तर त्यांना परवानगीशिवाय सभेत बोलता येणार नाही, सभेत मधून उठून जाणे अयोग्य असेल.

९) प्रत्येक सभासदाने सभेस येताना बचत रक्कम, कर्जहप्ता, सेवाशुल्क,

दंड रक्कम व सभासद पासबुक बरोबर आणावे. पासबुकातील नोंदी सभेत करून घ्यावी.

१०) बैठक वृत्तांतावर हजर सभासदाचे सह्या/अंगठे असावेत.

ड) बचतीचे नियम :

१) सर्व सदस्यांची समान बचत रक्कम असावी.

२) बचत रक्कम गटाच्या सभेमध्ये आणावी. संघटिका/सहसंघटिकेने दारोदार व रस्त्यात बचत गोळा करून नये.

३) ठरलेल्या बचतीवर व्याज दिले जाणार नाही.

४) जास्तीची बचत रक्कम गटात जमा करता येईल. त्यावर सर्वानुमते व्याज देता येईल.

५) बचत बैठकीत न आणणाऱ्या सदस्याला दैनंदिन दंड रु.-- ठरवावा.

६) बचत व्यवहार संबंधितांच्या पासबुकात वैयक्तिक खतावणीत नोंदविला जावा.

७) सदस्य पासबुक इच्छेनुसार संघटिकेकडे राहील.

८) बचतीशिवाय प्रसंगानुरूप निधी गोळा केला जाईल.

९) जमा बचत रक्कम गटाच्या बँक खात्यात जमा करावी.

१०) जमा बचत रक्कम गटांतर्गत कर्ज वाटपासाठी वापरली जाईल.

इ) कर्जव्यवहाराचे नियम :

१) गट स्थापनेनंतर सभासदांना बचतीतून कर्ज वितरण करावे.

२) कर्जाची कमाल व किमान रक्कम आणि व्याजदर मुदत, हप्ता गटाने ठरवावे.

३) कर्जासाठी गटाची बचत रक्कम अपुरी पडत असेल तर बाहेरून कर्ज उभारणीचा निर्णय गटाने घ्यावा.

४) कर्जाचे वाटप गरजांच्या प्राधान्यक्रमानुसार, रकमेनुसार, बैठकीतच मंजूर करून वाटप करावे.

५) कर्जाचा अर्ज साधा, सरळ, सोपा ठेवला आहे. कर्ज अर्ज बैठकीत संघटिका स्वीकारतील. (कर्ज अर्ज नमुना पहावा)

६) गटाचे कर्ज फक्त गट सभासदाला, गटातील दोन सदस्य जामीनदार घेऊन दिले जावे.

७) कर्जहप्ता थकल्यास दंड व्याज भरावे लागेल.

८) सभासदाने साधन खरेदीसाठी कर्ज घेतल्यास ते साधन गहाण खत म्हणून गटाकडे राहील व वापर ताबा कर्जदाराकडे राहील.

९) पहिले कर्जफेडीनंतर दुसरे कर्ज मिळेल.

१०) गटाच्या सर्वानुमते इतर गटांबरोबर कर्ज देवाणघेवाण करू शकतील.

ई) इतर नियम :

१) प्रत्येक सभासद व पदाधिकाऱ्याने वेळेचे पालन करावे.

२) एकमेकांचा आदर करावा.

३) गटाने ठरविलेल्या जबाबदाऱ्या, कर्तव्य पार पाडावे.

४) आपल्या गटासंबंधीत टीकात्मक सूर काढू नये.

५) एकात्मकता वाढीसाठीचे पोषक वातावरण निर्मितीची जबाबदारी सर्वांची राहील.

६) आवश्यक वाटल्यास उपनियमात बदल केला जाईल.

७) गटाचे उत्पन्न खर्चपत्रक, ताळेबंदपत्रक तयार करून घ्यावे.

२:९ उत्तम स्वयंसहाय्यता गटाची वैशिष्ट्ये : चांगल्या गटाची वैशिष्ट्ये स्वयंसेवी संस्थामार्फत तसेच संशोधनात्मक अभ्यासावर आधारित असतात. चांगल्या गटाच्या निकषावरून उत्कृष्ट गट निश्चित केले जातात ते पुढीलप्रमाणे :

१) गटाचा आकार

२) संघटन समान रचना

३) पदनामे टाळावीत

४) नियमित सभा

५) उपस्थिती

६) बचत नियमितता

७) सभेतील सक्रिय सहभाग

८) कर्जात नियमितता व कार्यक्षम वसुली

९) अचूक नोंदी असाव्यात

१०) कार्यक्षम नेतृत्व

११) स्थानिक साधनसंपत्तीचा कार्यक्षम वापर

१२) नियोजन, संयोजन, मूल्यांकन

१३) सार्वजनिक निधी

१४) समाजाचा कृती कार्यक्रम

१५) आर्थिक विकासासाठी सामुदायिक कार्यक्रम

१६) शासकीय योजनेत सहभाग

१७) नियमावलीची अंमलबजावणी

१८) अनौपचारिक शिक्षण व कौशल्य शिक्षण कार्यक्रम

१९) आरोग्यविषयक कार्यक्रम

२०) उत्तम विक्री व्यवस्था

या निकषानुसार चांगल्या गटाची वैशिष्ट्ये स्पष्ट होतात.

२.१० स्वयंसहाय्यता गटाचे व्यवस्थापन : स्वयंसहाय्यता गटाची अंमलबजावणी व व्यवस्थापन केंद्र राज्य, जिल्हा, व तालुका आणि गावपातळीवर असते. प्रत्येक पातळीवर समित्या असतात. स्वयंसहाय्यता गटाच्या योजनांची अंमलबजावणी करण्यासाठी त्रिस्तरीय यंत्रणा पुढीलप्रमाणे.

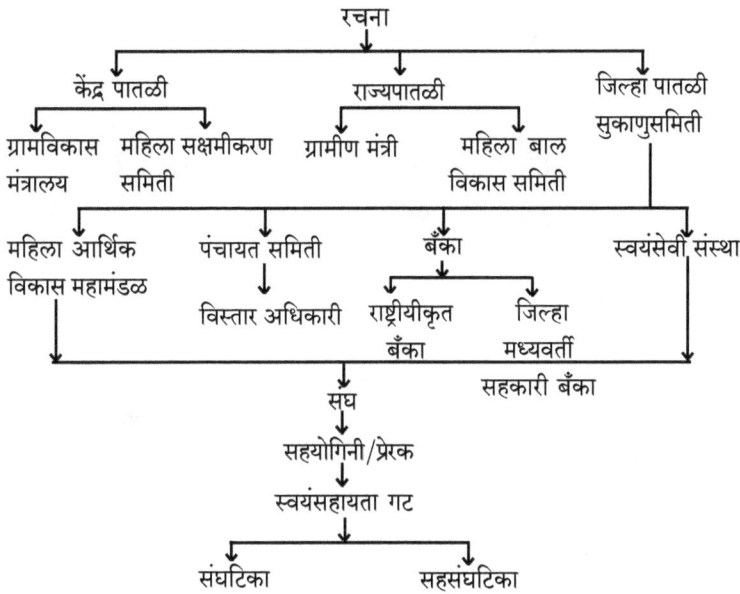

अशा पध्दतीने स्वयंसहाय्यता बचत गटाचे व्यवस्थापन चालते, ज्यामध्ये प्रत्येक स्तरावर वेगवेगळया समित्या असतात.

२.११ स्वयंसहाय्यता बचत गटांच्या उत्पादनाला बाजारपेठेची उपलब्धता : बाजारपेठ उपलब्धता हा महिला बचत गट चळवळीचा आत्मा असून

गटांनी उत्पादित केलेल्या वस्तूंना बाजारपेठ मिळणे आवश्यक आहे. बचत गटातील प्रत्येक महिला सदस्याला एक कमावते साधन द्यावयाचे आहे, म्हणजे तिला छोटी उद्योजिका बनवयाची आहे. त्याकरिता तिच्या उत्पादनाला बाजारपेठ उपलब्ध होणे अगत्याचे आहे. बचत गटाने उत्पादित केलेल्या वस्तूंमध्ये कितीतरी महिलांच्या मायेचा हात फिरला आहे. ती वस्तू तयार करताना किती जणींचे संस्कार तिच्यावर घडले असतील, याचा विचार करून त्या संस्कारमय वस्तूंना बाजार सुविधा मिळवून देणे आवश्यक आहे. कोणत्याही बाजार केंद्रात स्वतःची उत्पादने स्वतः विकून दाखविणे हा बाजारपेठ मिळवण्याचा मार्ग असला तरी असा स्वंयप्रेरित मार्ग सर्वांना शक्य होईल असे नाही, म्हणून सर्व उद्योजकांनी, शासनाच्या विपणन विभाग आणि महिला बचत गटांनी आपआपल्या परीने बाजारपेठचा प्रश्न सोडवण्यास मदत केल्यास स्वयंसहाय्यता समूह चळवळीस निश्चित उभारी मिळू शकेल. स्वयंसहाय्यता समूहाने व शासनाने बाजाराची निर्मिती खालीलप्रमाणे करावी

१) स्थानिक बाजार : स्थानिक बाजारात ग्राहकांच्या गरजेनुसार गटाने उत्पादन केल्यास आपोआप बाजारपेठ उपलब्ध होईल; परंतु गटाने स्थानिक गरजांचे सर्वेक्षण करावे व त्यानुसार उत्पादन करावे. शासनाने प्रत्येक महसुली गावात गटाकरिता अस्मिता भवन बांधण्याची तरतूद केली आहे. या अस्मिता भवनामध्ये गटांकरिता एखादा गाळा उपलब्ध करून दिला पाहिजे, जेणेकरून त्या गावातील गटांना उत्पादित वस्तू त्या ठिकाणी विक्रीस ठेवता येतील, तसेच या विक्री केंद्रामार्फत शासनाने काही प्रमाणात लेव्ही पद्धतीने गटांच्या वस्तू खरेदी करून शासकीय लेबल लावून विक्री व्यवस्था करता येईल. सध्या शासन लेव्ही पद्धतीने साखर, तांदूळ, गहू, ज्वारी, डाळी अशा वस्तू सरकारी भावाने घेऊन कमी किमतीत विकतात, तसे बचत गटांच्या उत्पादित वस्तूंबाबत केल्यास गटाचे खऱ्या अर्थाने सबलीकरण होईल

बचतगटांनी ग्राहकांना दररोज लागणाऱ्या व शेती संबधित वस्तूंचे दर्जेदार उत्पादन केल्यास स्थानिक बाजारपेठ उपलब्ध होईल. उदा. गांडूळखत, गहू अंकुर रस, वर्तमानपत्रे विक्री केंद्र, गावातील बसस्थानकात स्नॅक्स बार, असे व्यवसाय सुरू करावेत. प्रत्येक गटाने वेगवेगळया प्रकारच्या वस्तूचे उत्पादन करावे

२) आठवडाबाजार : सर्व साधारणपणे गट बाजार हा १० ते २० वाडी वस्त्या, गावे मिळून मध्यवर्ती गावाच्या ठिकाणी भरतो त्यास आठवडा बाजार म्हणतात. या बाजारात आसपासच्या गावातील लोक खरेदी विक्रीसाठी येतात

अशा बाजारपेठांचे सर्वेक्षण करून त्या गावात शासनामार्फत खरेदी-विक्री केंद्रे निर्माण करावीत तसेच या केंद्रामार्फत गटांना कच्चामाल व इतर सल्ला तसेच मार्गदर्शनाची व्यवस्था निर्माण केली पाहिजे.

आठवडाबाजारांच्या पातळीवर शासनाची शेतमाल खरेदी विक्री व्यवस्था सहकारी तत्वावर उपलब्ध आहे. नवीन यंत्रणा किंवा बाजार सुविधा उपलब्ध करण्याची गरज नाही. त्या सहकारी खरेदी विक्री संघात बचतगटांकरिता खरेदी विक्री केंद्रे निर्माण केल्यास त्या परिसरातील बचतगटांना खरेदी-विक्रीची व्यवस्था होईल. तसेच या केंद्राद्वारे बाहेरील बाजारपेठांची माहिती व मार्गदर्शन मिळू शकेल, त्याचप्रमाणे सहकारी खरेदी विक्री संघाचे उत्पादन कमिशन तत्त्वावर बचतगटांना दिल्यास त्यांना विक्री व्यवस्था मिळू शकेल, त्यातून रोजगार प्राप्त होऊ शकेल.

आठवडाबाजारात एकमेकांच्या बचतगटांनी उत्पादित केलेल्या वस्तूंची माहिती मिळू शकते. गटातील महिला त्या बाजारात येऊ शकतील, त्यामुळे बाजाराचा विस्तार होईल, आठवडाबाजारातील उत्पादित माल स्थानिक बाजारात वितरित करता येईल, त्यामुळे काळाबाजार व मालाची टंचाई निर्माण होणार नाही. आठवडाबाजार परिसरातील खाजगी उद्योजक शेती संलग्न वस्तूंचे उत्पादन करीत असतील तर त्या उद्योजकांनी महिला बचतगटांना विक्री एजन्सी दिल्यास, गटांना फायदा होऊन उद्योजकांना गटाद्वारे बाजारपेठ मिळू शकेल उदा. पशूखाद्य, तेलघाणे, रेशीम उद्योग, दूधडेअरी इ.

आठवडाबाजार परिसरात शासनामार्फत सावित्री बाजार मोठया प्रमाणात उपलब्ध करून दिल्यास बचत गटांना बाजारपेठ मिळू शकेल.

३) तालुका बाजार : स्वयंसहाय्यता समूहांना स्वबळावर बाजारपेठा मिळविता येणे शक्य होईलच असे नाही, म्हणून शासनामार्फत सहकाराच्या तत्वानुसार तालुका पातळीवर बचत गटांनी उत्पादित केलेल्या वस्तूंचा बाजार या नावाने खरेदी विक्री भवन उभी करावीत, जेणेकरून तालुक्यातील सर्व गटांना या पणनभवनामार्फत माहिती मिळू शकेल. संपूर्ण तालुक्याचे सर्वेक्षण करून तालुक्यातील विविध प्रभागातील गरजांचा विचार करून गरजेनुसार उत्पादित माल स्थानिक बाजार व आठवडाबाजारात वितरित करता येईल. शिवाय गटांची सर्व उत्पादने एका छत्राखाली येतील. त्यांना तालुका बाजारातून ग्राहक मिळू शकतील. म्हणून शासनामार्फत पणन भवने उभी करावीत.

तालुका पातळीवरील पणनभवनांमार्फत महिला संबंधित उत्पादन, व्यवसायांना म्हणजेच फ्रूट स्टॉल, स्नॅक्स स्टॉल, खानावळ असे परवाने देण्यात यावेत, तसेच तालुका पातळीवर दरमहा पंचायत समितीमार्फत गटांनी उत्पादित केलेल्या वस्तूंचे प्रदर्शन आयोजित करून त्याद्वारे विक्री करता येईल. या प्रदर्शनातून मालाची जाहिरात विनाखर्च होईल, अशा प्रदर्शनात सातत्य राहिल्यास ग्राहक आपोआप मिळू शकेल.

खाजगी संस्था किंवा व्यक्तींची तालुका पातळीवर लहान प्रमाणावरील मॉल उभी करावीत. त्या मॉलमध्ये गटांनी उत्पादित केलेल्या वस्तू विक्रीस ठेवल्यास गटांना बाजारपेठ मिळू शकेल, त्याचप्रमाणे तालुका पातळीवरील विद्यालये, महाविद्यालये, बसस्थानके इ. ठिकाणी गटांना कॅन्टीन चालविण्यास दिल्यास रोजगारप्राप्ती होईल.

बारामती तालुक्यातील 'राजस' सारख्या संस्था गटांना बाजारपेठ मिळवून देत आहेत. ही संस्था बचत गटांना कोष, मशिनरी देऊन रेशीम धाग्याची निर्मिती करून स्वतः धागा विकत घेतात. त्यामुळे रेशीम उत्पादन करणाऱ्या गटांना बाजारपेठ आपोआप उपलब्ध होते. राजस सारख्या इतर संस्थांनी बाजारपेठांची हमी घेतल्यास बचतगटांची चळवळ निश्चित फोफावेल.

४) जिल्हापातळी बाजार : बचतगटांनी उत्पादित केलेल्या वस्तूंचे संकलन आठवडाबाजारात करून, तसेच तालुका बाजारात विक्री करून, शिल्लक माल जिल्हा पातळीवरील बाजारात पाठवून जिल्हा बाजार मिळविता येईल, त्याकरीता शासनामार्फत सावित्री बाजारच्या धरतीवर शहरात प्रभागनिहाय विक्री केंद्रे निर्माण केली पाहिजेत. ज्या भागात ग्राहकांचा वावर जास्त असतो त्या शहराच्या ठिकाणी कोणत्या वस्तूंचा खप जास्त होतो, त्या वस्तूंची विक्री केंद्रे उभी करून कमिशन तत्त्वावर महिला गटांना चालविण्यास दिल्यास दुहेरी फायदा होऊ शकतो. शिवाय दुसऱ्या जिल्ह्यातील उत्पादित मालाची देवाणघेवाण करता येते.

दरमहा जिल्ह्याच्या मुख्य ठिकाणी विशिष्ठ दिवशी गटांनी उत्पादित केलेल्या वस्तूंचे प्रदर्शन जिल्हा ग्रामीण विकास यंत्रणेमार्फत आयोजित केल्यास मालाची जाहिरात मोठया प्रमाणात होऊन बाजारपेठांचा विस्तार होईल. प्रदर्शनामुळे उत्पादित मालाची गुणवत्ता, विक्री केंद्रे, उत्पादित केंद्रे, विविध वस्तू इत्यादींची प्रचिती ग्राहकांना येऊ शकेल, त्यामुळे मागणी वाढेल. जिल्हा बाजारात सर्व गटांनी आपआपल्या उत्पादनांची कमिशन तत्त्वावर एकमेकांच्या गटांना मालाची खरेदी विक्री केल्यास बाजारपेठेचे जाळे निर्माण होईल. उदा. बारामतीच्या गटाने मसाल्याची

विक्री इंदापूरच्या शेवया व पापड उत्पादित गटाला करावी. पुरंदरच्या गटाने वेफर्स हवेलीच्या चिरमुरे, भंडग उत्पादन करणाऱ्या गटाला केल्यास बाजाराचा विस्तार होईल. याकामी जिल्हा ग्रामीण विकास यंत्रणेचे सहकार्य फार महत्त्वाचे आहे.

५) राज्यपातळी बाजार : राज्यपातळीवर 'सरस' सारखे प्रदर्शन मेळावे भरून मोठया शहराच्या बाजारपेठ मिळू शकेल. परंतु सरससारखे प्रदर्शन एका शहरात न भरविता दरमहा वेगवेगळया शहरात राज्यनिहाय भरविल्यास राज्याराज्यातील उत्पादित मालाची ओळख, गुणवत्ता, कौशल्य, महिला गटांची ओळख होऊ शकेल. शिवाय प्रादेशिक एकात्मतेची बांधणी होऊ शकेल. शासनाने राजधानीच्या ठिकाणी मॉलच्या धरतीवर विक्री भवन निर्माण केल्यास बचत गटांना शहराच्या ठिकाणी कायमस्वरूपी विक्री व्यवस्था मिळू शकेल.

शासनाने आपल्या कार्यालयांना आवश्यक असणाऱ्या वस्तू बचतगटामार्फत घेण्यास सक्ती केल्यास गटांना हक्काची बाजारपेठ मिळू शकेल. शिवाय शासकीय विभागांनी आपणास आवश्यक असलेल्या साहित्यांची ऑर्डर एक वर्ष किंवा सहा महिने अगोदर दिल्यास त्याचे उत्पादन गटामार्फत करता येईल.

ग्रामीण भागामध्ये हंगामानुसार सण, उत्सव, जत्रा, यात्रा, मेळावे, आयोजित केले जातात. अशा प्रसंगी आवश्यक असणाऱ्या वस्तूंचे उत्पादन करून हमखास विक्री व्यवस्था निर्माण होईल. जत्रा, यात्रा अशा ठिकाणी विविध वस्तूंचे स्टॉल्स उभे करावेत. त्यामुळे बाजारपेठा मिळू शकतील.

महिला बचत गटांनी मनापासून अथक प्रयत्न केल्यास बाजारपेठ मिळू शकेल, यासाठी बचत गटांनी संघटित झाले पाहिजे.

२.१२ स्वर्णजयंती ग्रामस्वयंरोजगार योजना : स्वयंसहाय्यता गटाच्या वर्गीकरणानुसार स्वर्णजयंती ग्रामस्वयंरोजगार योजनांतर्गत दारिद्र्यरेषेखालील व्यक्तींचे विशेषत: महिलांचे गट निर्माण केले जातात. ही योजना १ एप्रिल, १९९९ पासून भारतात सुरू करण्यात आली. या योजनेपूर्वी दारिद्र्य निर्मूलनासाठी अनेक योजना राबविण्यात आल्या असल्या तरी मूल्यमापन पातळीवर मात्र निराशा पदरी आली. त्यामुळे सर्व योजना बंद करून ही योजना सुरू करण्यात आली. या योजनांतर्गत कायमस्वरूपी तरतुदी करण्यात आल्या आहेत त्या पुढीलप्रमाणे.

१) तरतुदी :

१) बचत गट स्थापना व प्रोत्साहन इ. खर्च.

२) गटातील सदस्यांना प्रशिक्षणासाठी प्रवास, दैनिक भत्ता इ.

३) बचतगटाच्या दैनंदिन कामकाजासाठी पंचायत समिती अधिकाऱ्यांमार्फत मार्गदर्शन तसेच स्वयंसेवी संस्थांची नियुक्ती.
४) राष्ट्रीयीकृत व जिल्हा मध्यवर्ती बँकांमार्फत अनुदान व खेळते भांडवल आणि व्यावसायिक कर्जाची तरतूद.
५) बचतगटामार्फत उद्योग उभारणीसाठी मार्गदर्शन.
६) उद्योग उभारणीसाठी ७ दिवसांचे प्रशिक्षण देणे.
७) बचतगटाचे मूल्यांकन करणे.
८) बचतगटांनी तयार केलेल्या वस्तूंना विपणन मदत करून प्रदर्शन व स्टॉल्ससाठी खर्च करणे.
९) उद्योगांना मशिनरी सुविधा देणे.
१०) बचतगटांना संस्कारण मूल्यवाढ व आवेष्टन करणे.
११) विमा संरक्षण प्राप्त करून देणे.
१२) दारिद्र्यरेषेतील कुटुंबांना आर्थिक लाभ मिळवून त्यांना सबल करणे.

अशा तरतूदी केल्यामुळे बचतगटांच्या चळवळीचा प्रसार वाढत आहे.

२) स्वर्णजयंती ग्रामस्वरोजगार योजनेचे स्वरूप : भारतातील ग्रामीण भागातील दारिद्र्यरेषेखालील गरीब जनतेच्या क्षमतेवर आधारित उद्योग सुरू करणे व त्यामुळे स्वयंरोजगारी निर्माण करून, या योजनेचा लाभ घेणाऱ्या कुटुंबांना २ वर्षात दारिद्र्यरेषेच्या वर आणणे हे स्वर्णजयंती ग्रामस्व रोजगार योजनेचे उद्दिष्ट्ये असून दरमहा २००० रु. उत्पन्न मिळावे असे ध्येय ठरवले आहे. या योजनांतर्गत दारिद्र्य रेषेतील व्यक्तींना विशेषतः महिलांना एकत्रित करून व स्वयंसहाय्यता गट स्थापन करुन उद्योग निर्मितीस कर्ज, बाजारपेठ (मार्केट) मिळवून, स्वयंरोजगार निर्माण केला जातो. या योजनेनुसार ग्रामीण भागातील प्रमुख व्यवसायाची निवड करून बँकांमार्फत वित्तसाहाय्य दिले जाते. व्यवसायासाठीच्या एकूण निधीच्या ७५% निधी प्रकल्पावर, २५% निधी इतर सुविधांवर खर्च केला जातो. या योजनांतर्गत ७ दिवसाच्या प्रशिक्षणानंतर बँका कर्ज वितरण करतात.

स्वरोजगारी निवडताना ग्रामसभेची मान्यता घेण्याचे बंधन आहे. यासाठी त्रिस्तरीय समिती आहे. यामध्ये सरपंच, बँक शाखाधिकारी, गटविकास अधिकारी यांचा समावेश असतो. एखाद्या गावात दारिद्र्यरेषेखालील गटांची संख्या नसेल, तर बिगर दारिद्र्यरेषेतील व्यक्तींना गटात घेता येते. परंतु यामध्ये गटाचे कोणतेही पदाधिकारी राहाता येत नाही शिवाय अनुदान प्राप्त होत नाही.

३) **वैशिष्ट्ये :**

१) **निधी उपलब्धता :** या योजनेस केंद्रशासन ७५%, राज्यशासन २५% निधी देतात.

२) **अनुदान मर्यादा :** दारिद्र्यरेषेखालील स्वयंसहाय्यता गटांना खालील अनुदान मर्यादा लागू आहे.

१) अनुसूचित जाती/जमातीच्या प्रकल्प खर्चाच्या ५०% जास्तीत जास्त रु. १०,०००.

२) इतर स्वरोजगारी प्रकल्पांसाठी प्रकल्प खर्चाच्या ३०% व जास्तीत जास्त रु. ७५००.

३) बचत गट प्रकल्प खर्चाच्या ५०% व जास्तीत जास्त रु. १,२५,०००.

३) **मुख्य व्यवसाय निवड :** गाव, तालुका पातळीवरील उपलब्ध साधनसंपत्ती, बाजारपेठ यानुसार व्यवसाय निवडतात.

४) **स्वरोजगारी निवड निकष :** यामध्ये अनुसूचित जाती/जमाती ५०% महिला, ४०% अपंग, ३% यानुसार निवडतात.

५) **स्वयंसहाय्यता गट स्थापना व खेळते भांडवल :** दारिद्र्य-रेषेखालील १० ते २० महिला एकत्र येऊन गट स्थापन करतात. गटाने ६ महिने अखंड बचत केल्यास २५,००० रु. खेळते भांडवल दिले जाते. त्यात १५,००० कर्जफेड १०,००० रु. अनुदान असते.

६) **कर्जाचे स्वरूप :** या योजनांतर्गत कर्ज हे मध्यम मुदतीचे असते. खेळते भांडवल परतफेड केल्यानंतर गटाचे मूल्यांकन करून हे कर्जवितरण करतात.

७) **बाजारपेठ :** स्वरोजगार निर्मिती केलेल्या वस्तूंसाठी स्थानिक बाजारपेठेवर भर देवून प्रदर्शने आयोजित केली जातात. सावित्री बाजारपेठ उपलब्ध करून दिली जाते.

८) **प्रशिक्षण व तंत्रज्ञान :** या योजनांतर्गत व्यवसायासाठी २ ते ७ दिवसांचे प्रशिक्षण देऊन कौशल्यवृद्धी वाढीस लागते. तसेच तंत्रज्ञान व्यवस्थापनावर भर देण्यात आला आहे.

९) **स्वयंसेवी संस्था :** या योजनेंतर्गत स्वयंसहाय्यता गटाच्या परिणामकारक अंमलबजावणीसाठी स्वयंसेवी संस्थांना सामावून

घेतले आहे. या संस्था गटाची स्थापना, बचत मार्गदर्शन, सक्षमीकरण याबाबत मार्गदर्शन करतात.

४) अंमलबजावणी : स्वर्णजयंती ग्रामस्वयंरोजगार योजनेची अंमलबजावणी करण्यासाठी जबाबदार असलेल्या निरनिराळया अभिकरणांमध्ये हा कार्यक्रम यशस्वी करण्यासाठी निकट समन्वय असणे फारच महत्वाचे आहे. सर्व अभिकरणांनी त्यांच्या संबंधित भूमिकेची जाणीव ठेवत हा कार्यक्रम एक संयुक्त कार्यक्रम आहे असे मानावे. समन्वयन सुनिश्चित करण्यासाठी स्वर्णजयंती ग्राम स्वयंरोजगार योजनेंतर्गत पुढील समित्या स्थापन करण्यात आल्या आहेत.

अ) तालुकापातळी : प्रत्येक तालुका पातळीवरील स्वर्णजयंती ग्राम स्वरोजगार योजना समितीची रचना पुढीलप्रमाणे असेल.

१) प्रकल्प संचालक - जिल्हा ग्रामीण विकास अभिकरण	अध्यक्ष
२) प्रकल्प अधिकारी - (स्वयंरोजगार)	सदस्य
३) गटामधील सर्व बँक शाखांचे अंमलबजावणी करणारे शाखा व्यवस्थापक	सदस्य
४) संबधित संलग्न विभागाचे गटस्तरीय उपविभागीय अधिकारी	सदस्य
५) अशासकीय संघटना प्रतिनिधी (एक)	सदस्य
६) गटविकास अधिकारी	निमंत्रक

गटविकास अधिकारी यांच्यामार्फत या समितीची बैठक बोलावण्यात येईल. अग्रणी बँक अधिकारी D.D.M. नाबार्ड आणि अग्रणी जिल्हा अधिकारी R.B.I हे विशेष निमंत्रित म्हणून या बैठकींना उपस्थित राहतील. प्रत्येक गटात शक्य तितक्या जास्त बैठकींना ते उपस्थित राहतील आणि त्यामुळे स्थानिक पातळीवरील समस्यांशी ते परिचित होतील व त्यामुळे समस्या सोडविण्यासाठी ते मदत करू शकतील.

गटस्तरीय स्वर्णजयंती ग्राम स्वयंरोजगार योजना समितीची प्रमुख कार्ये पुढीलप्रमाणे आहेत.

१) कार्यक्रमाच्या सुरुवातीलाच मुख्य कार्यक्रमांची निवड करणे.

२) गावांची निवड करणे आणि प्रत्येक वर्षी समाविष्ट करावयाच्या स्वरोजगार करणाऱ्या व्यक्तींची संख्या.

३) बँक शाखांमध्ये कामाचे वाटप करणे.

४) विविध अभिकरणांच्या कामाचे संनियंत्रण करणे.

५) पायाभूत सुविधा, पतकर्ज, तंत्रज्ञान आणि पणन याबाबतीतील समन्वयन प्रश्न.

६) स्वयंरोजगार करणाऱ्या व्यक्तींना मिळणाऱ्या उत्पन्नाचा आढावा घेणे.

७) वसुली कामाचा आढावा घेणे आणि वसुली शिबीर इ. करिता तारखा निश्चित करणे.

८) मतांची पडताळणी करण्यासाठी नमुना तपासणी करणे.

९) मासिक अहवाल काढणे.

१०) दारिद्र्यरेषा पार करण्यात स्वयंरोजगार करणाऱ्या व्यक्तींनी केलेल्या प्रगतीचा आढावा घेणे.

प्रत्येक महिन्याच्या ५ ते १० या तारखेच्या दरम्यान गट पातळी समितीची बैठक होईल. बैठकी अगदी नियमितपणे घेण्यात येतात याची खात्री करून घेतली पाहिजे. गटामध्ये स्वर्णजयंती ग्राम स्वयंरोजगार योजनेविषयी वित्त व्यवस्था करणाऱ्या संस्थांच्या शाखा व्यवस्थापकांनी पूर्वनिश्चित नमुन्यात अहवाल तयार करावेत आणि ते अहवाल गटविकास अधिकारी यांनी संकलित करावेत. गटस्तरीय स्वर्णजयंती ग्राम स्वयंरोजगार योजना समितीचे कार्यवृत्त माहितीसाठी आणि जर आवश्यक असल्यास कार्यवाहीसाठी पंचायत समितीकडे पाठविण्यात येईल. त्याची प्रत पी. डी. जिल्हा ग्रामीण विकास अभिकरण आणि अग्रणी बँक अधिकारी यांना पाठविण्यात येईल.

ब) जिल्हा पातळी : जिल्हा पातळीवर जिल्हाधिकारी / मुख्य कार्यकारी अधिकारी यांच्या अध्यक्षतेखाली जिल्हा स्वर्णजयंती ग्राम स्वयंरोजगार योजना समिती कार्यरत असेल. जिल्हा पातळीवर स्वर्णजयंती ग्राम स्वयंरोजगार योजना समितीच्या कामकाजात पुढील बाबी समाविष्ट आहेत.

१) स्वर्णजयंती ग्राम स्वयंरोजगार योजनेच्या संबंधातील योजनेचा आढावा घेणे.

२) प्रत्यक्ष व वित्तीय स्वरूपातील एकूण प्रगतीचे संनियंत्रण करणे व त्याचा आढावा घेणे.

३) अभिकरणांतील मतभेद दूर करणे व राज्यस्तरीय समितीच्या विचारार्थ बाबी तयार करणे.

४) स्वयंरोजगार करणाऱ्या व्यक्तींच्या प्रशिक्षणविषयक गरजांचे मूल्यनिर्धारण करणे, तसेच योग्य संस्था निश्चित करून प्रशिक्षणासाठी केलेल्या व्यवस्थेचा आढावा घेणे.

५) बँकनिहाय व गटनिहाय वसुलीच्या स्थितीचे संनियंत्रण करणे. जेणेकरून आवश्यक असेल तिथे योग्य उपाययोजना करता येतील.

जिल्हा पातळी समितीची रचना पुढीलप्रमाणे :

१	जिल्हा अधिकारी/मुख्य कार्यकारी अधिकारी	अध्यक्ष
२	नाबार्डचे जिल्हाविकास व्यवस्थापक	सदस्य
३	भारतीय रिझर्व्ह बँकेचे एल. डी. ओ.	सदस्य
४	कार्यान्वयन बँकेचे जिल्हा स्तरावरील समन्वयक	सदस्य
५	जिल्हा स्तरावरील संबंधित विभागाचे संबंधित प्रमुख	सदस्य
६	महाव्यवस्थापक, जिल्हा उद्योग केंद्र	सदस्य
७	जिल्हा खादी व ग्रामोद्योग बँकेचे अधिकारी	सदस्य
८	प्रकल्प संचालक, जिल्हा ग्रामीण विकास अभिकरण	सदस्य
९	२-३ अशासकीय प्रतिनिधी	सदस्य
१०	अग्रणी बँक अधिकारी	निमंत्रक

क) राज्यपातळी : ज्या ग्रामविकास विभागास किंवा अन्य कोणत्याही विभागास ग्रामविकास विषयक कामे वाटून दिली आहेत, त्यांनी राज्यस्तरावरील कार्यक्रमाचे नियोजन करणे, त्याचे कार्यान्वयन, सनियंत्रण व मूल्यमापन करणे ही त्याची जबाबदारी असेल.

स्वर्णजयंती ग्राम स्वयंरोजगार योजनेच्या अंतर्गत कामकाज कसे पार पाडले जात आहे, हे पाहण्यासाठी राज्यस्तरीय योजना समितीची तरतूद करण्यात आली आहे. त्याची रचना खालीलप्रमाणे आहे.

१	मुख्य सचिव/विकास आयुक्त	अध्यक्ष
२	सचिव, संस्थात्मक वित्त विभाग	सदस्य
३	सचिव, नियोजन विभाग	सदस्य
४	प्रभारी सचिव, महिला विकास	सदस्य
५	आवश्यक तेथे संबंधित विभागाचे संबंधित प्रमुख	सदस्य
६	प्रभारी सचिव, अनुसूचित जाती/जमातीचे कल्याण	सदस्य
७	नाबार्डचे प्रतिनिधी (प्रादेशिक कार्यालयांचे स्थानिक प्रमुख)	सदस्य
८	भारतीय रिझर्व्ह बँकेचे प्रतिनिधी	सदस्य

९	राज्य मुख्यालयाच्या ठिकाणी संबंधित कार्यान्वयन बँकेचे प्रतिनिधी	सदस्य
१०	उपसचिवांच्या दर्जापेक्षा कमी नसेल असा भारत सरकारचा एक प्रतिनिधी	सदस्य
११	संचालक, एस. आय. आर. डी	सदस्य
१२	निमंत्रक, एस. एल. बी. सी.	सदस्य
१३	प्रभारी सचिव, ग्रामविकास	सदस्य सचिव

राज्य पातळीवरील स्वर्णजयंती ग्राम स्वयंरोजगार योजना समितीची कार्ये खालीलप्रमाणे आहेत.

१) कार्यक्रमाचे नियोजन, कार्यान्वयन व संनियंत्रण याबाबत पुढाकार घेणे व मार्गदर्शन करणे.

२) स्वर्णजयंती ग्रामस्वयंरोजगार योजने अन्वये जिल्हानिहाय प्रगतीचा आढावा घेणे व सुधारात्मक उपाययोजना सुचविणे.

३) कार्यक्रमाच्या उद्दिष्टांच्या संदर्भात कार्यक्रमाच्या कार्यान्वयानेच सनियंत्रण व मूल्यमापन करणे.

४) स्वर्णजयंती ग्रामस्वयंरोजगार योजनेमधील ख्यातनाम अशासकीय संस्थांच्या सहभागाचे पुनरवलोकन करणे व आवश्यकता वाटल्यास निर्देश देणे.

५) राज्य पातळीवर धोरण तयार करणाऱ्या व्यक्ती आणि क्षेत्रीय स्तरावर कार्यान्वयन करणाऱ्या व्यक्ती तसेच बँका यांच्यामध्ये अर्थपूर्ण संवाद साधण्यासाठी त्यांना चर्चापीठ मिळवून देणे.

६) स्वर्णजयंती ग्रामस्वयंरोजगार योजनेशी संबंधित असलेल्या अन्य कोणत्याही प्रश्नाविषयी चर्चा करणे.

ड) केंद्रीय पातळी : धोरण तयार करणे, कार्यक्रमाचे संनियंत्रण व मूल्यमापन करणे आणि निधीचा केंद्रीय हिस्सा देणे, ही भारत सरकार यांच्या ग्रामविकास मंत्रालयातील ग्रामविकास विभागाची जबाबदारी आहे. विभागाला सहाय्य करण्याकरिता खालीलप्रमाणे केंद्रस्तरीय समन्वय समितीची स्थापना करण्यात आली आहे. या केंद्रस्तरीय समन्वय समितीची सहा महिन्यांतून एकदा बैठक होईल.

१	सचिव, ग्राम विकास मंत्रालय	अध्यक्ष
२	डेप्युटी गव्हर्नर, भारतीय रिझर्व्ह बँक	सदस्य

३	सचिव, कृषी सहकार विभाग	सदस्य
४	सचिव, व्यय विभाग	सदस्य
५	विशेष सचिव, बँक विभाग, वित्त मंत्रालय	सदस्य
६	सचिव, महिला व बाल विकास विभाग	सदस्य
७	सचिव, लघुउद्योग व कृषी संबंधित उद्योग विभाग	सदस्य
८	सचिव, विज्ञान व तंत्रशास्त्र विभाग	सदस्य
९	सचिव, कल्याण मंत्रालय	सदस्य
१०	व्यवस्थापकीय संचालक, नाबार्ड	सदस्य
११	सल्लागार (ग्राम विकास), नियोजन आयोग	सदस्य
१२	अतिरिक्त सचिव व क्षेत्र सहायक, ग्राम-विकास मंत्रालय	सदस्य
१३	राज्य सचिव, ग्राम विकास	सदस्य
१४	सर्व वाणिज्यिक क्षेत्रीय बँकांचे अध्यक्ष नि-व्यवस्थापकीय संचालक	सदस्य
१५	महासंचालक, सी. ए. पी. ए. आर. टी.	सदस्य
१६	महासंचालक, एन. आय. आर. डी.	सदस्य
१७	अध्यक्ष, भारतीय बँक महासंघ	सदस्य
१८	सह सचिव, (आय. आर. डी.) ग्रामविकास विभाग	सदस्य सचिव

या केंद्रिय पातळीवर समन्वय समितीची कार्ये पुढीलप्रमाणे.

१) कार्यक्रमाचे पुनरवलोकन करणे व प्रभावी कार्यान्वयनाची सुनिश्चिती करणे.

२) स्वर्णजयंती ग्राम स्वयंरोजगार योजनेकरिता आधार, सेवांसाठीच्या दुव्यांचा आढावा घेणे.

३) कर्ज सहाय्यासहित, वित्तीय व दर्जात्मक प्रगतीचा आढावा घेणे.

४) समवर्ती मूल्यमापन अहवालांचा विचार करणे.

५) राज्यशासन व बँका यांच्यात सुसंवाद चालू ठेवण्यासाठी चर्चापीठाची तरतूद करणे.

६) पतविषयक आढावा घेऊन, सुधारणांविषयी शिफारशी करणे.

अशाप्रकारे स्वर्णजयंती स्वयंग्रामरोजगार योजनेच्या अंमलबजावणीसाठी समित्या आहेत.

३
महाराष्ट्रातील स्वयंसहाय्यता गट : वाटचाल

प्रस्तावना : महाराष्ट्र राज्य हे भारतामध्ये पुरोगामी विचारांचे राज्य असून महिला धोरणाचे मार्गदर्शन सर्व भारतभर केलेले राज्य आहे. तसेच महिला धोरणाचा प्रथम पुरस्कार करणारे राज्य असून महिला धोरणात स्वयंसहाय्यता गटाला प्राधान्य दिलेले आहे. स्वयंसहाय्यता महिला गट बांगला देशाच्या धरतीवर महाराष्ट्रातील सर्व जिल्ह्यांमध्ये सुरू केलेले आहे. महाराष्ट्रामध्ये ग्रामीण विकासाबरोबर महिलांचा विकासात सहभाग वाढविण्यासाठी १९९४ मध्ये सर्वंकष महिला धोरण जाहीर करून सबलीकरणासाठी महिला स्वयंसहाय्यता संकल्पना स्पष्ट करण्यात आली.

महाराष्ट्रात स्वयंसहाय्यता गटाची संकल्पना नवीन नाही. संयुक्त महाराष्ट्राच्या निर्मितीच्या अगोदर म्हणजे १९४७ मध्ये अमरावती जिल्ह्यात काही सासवासुनांनी एकत्र येवून २५ पैसे बचतीने गट सुरू केला होता. तसेच आजच्या बचतगटांची पार्श्वभूमी महाराष्ट्रात १९७० पासूनच झाली होती. कारण १९७० च्या दरम्यान 'इलाबेन भट' यांनी 'महिला व सूक्ष्मवित्तपुरवठा' या विषयाची मांडणी केली होती. तसेच गडचिरोली, वडसा तालुक्यात १९८४-८५ मध्ये गट सुरू झाल्याचे आढळते. तसेच १९८८ नंतर बचतगटांनी चळवळीचे रूप धारण केल्याचे दिसते.

महाराष्ट्रात १९९४ मध्ये आंतरराष्ट्रीय कृषी विकास निधीच्या साहाय्याने व केंद्र सरकारच्या मदतीने महाराष्ट्र ग्रामीण पतपुरवठा प्रकल्प नमुना म्हणून चार जिल्ह्यात राबविण्यात आला. या योजनेत महिला विकास योजनेचा समावेश करून ती राबविण्याची जबाबदारी महिला आर्थिक विकास महामंडळावर होती. या कार्यक्रमांतर्गत महिला स्वयंसहाय्यता गट स्थापनेस सुरुवात झाली.

महाराष्ट्रात बचत गट चळवळीबाबत चैतन्य संस्था, अन्नपूर्णा महिला मंडळ आणि ग्रामीण महिला व बालविकास मंडळ स्वयंसेवी संस्थांचा नामोल्लेख आवश्यक ठरतो. चैतन्य संस्थेने ग्रामीण व आदिवासी भागात ही चळवळ जोमाने चालविली आहे.

महाराष्ट्रामध्ये महिला विकासासाठी महिला मंडळे, रोजगारहमी मजूर संघटन, वनौषधी प्रशिक्षण अशा विविध माध्यमातून सुरू होते. परंतु अशा सुविधा असतानाही बचत गटांची सुरूवात झाली कारण स्त्रिया महिला मंडळाचे काम करताना महिला विकासासाठी, उद्योग व्यवसाय करण्यासाठी वित्त उभारणीचा प्रश्न चर्चेला जात होता. त्यासाठी बचतगट संकल्पनेला सुरूवात झाली. महाराष्ट्रामध्ये बचतगटांच्या आर्थिक कल्पनेला सामाजिक उपक्रमाची जोड दिली आहे. हे महाराष्ट्राचे वैशिष्ट्ये मानले जाते.

महाराष्ट्रात या चळवळीत बँका व स्वयंसेवी संस्थाचे योगदान महत्त्वपूर्ण आहे. स्वयंसेवी संस्थेमध्ये चैतन्य ही संस्था महत्त्वपूर्ण आहे. कारण महाराष्ट्रामध्ये चैतन्याच्या पुढाकाराने स्वयंसेवी संस्थांमार्फत 'चालना व्यासपीठ' प्रत्येक जिल्ह्यात सुरू केले आहे. चालनाच्या मार्फत स्वयंसहाय्यता गटांना सक्षम बनविण्यासाठी स्वगती प्रकल्प सुरू आहेत. चालनाचे प्रत्येक जिल्ह्यात विभागीय कार्यालय असून दरमहा सभा होते. चालनाद्वारे स्वयंसहाय्यता गट चळवळीला योग्य दिशा देण्याची, सहभागीदारांच्या क्षमता वाढीसाठी प्रभावी प्रशिक्षण देण्याचे काम करीत आहे. त्यामुळे महाराष्ट्रात स्वयंसहाय्यता समूह चळवळ सर्व भागात फोफावत आहे.

महाराष्ट्रामध्ये सन १९७० च्या दशकापासून स्वयंसहाय्यता समूह चळवळ सुरू असली तरी १९९३ मध्ये ग्रामीण पतपुरवठा पाहणी योजनांतर्गत हेतुपुरस्सर चालना देण्यात आली. परंतु सन १९९९ मध्ये स्वर्णजंयती ग्राम स्वयंरोजगारांतर्गत दारिद्र्य निर्मूलन करण्यासाठी ग्रामीण भागात जोमात सुरू झालेली आहे. सन २००५ मार्च अखेरपर्यंत ७११४६ स्वयंसहाय्यता गट असून त्यांना रु.२२३४.११ दशलक्ष वित्तसहाय्य केले आहे. या चळवळीत १३४९ बँक शाखा आणि १३४ स्वयंसेवी संस्था कार्यरत आहेत. महाराष्ट्रात चंद्रपूर जिल्हा या चळवळीबाबत प्रथम क्रमांकावर आहे.

या चळवळीत महाराष्ट्रातील ३३ जिल्हे सामाविष्ट आहेत. महाराष्ट्रामध्ये मार्च २००५ अखेर जिल्हानिहाय स्थिती पुढीलप्रमाणे दिसून येते.

तक्ता क्र ३.१

महाराष्ट्रातील स्वयंसहाय्यता बचतगट व वित्तपुरवठ्याची जिल्हानिहाय स्थिती (संख्या) मार्च २००५ अखेर

अ नं	जिल्हा	स्वयंसहाय्यता बचतगट एकूण संख्या	वित्तसहाय्य (दशलक्ष रु.)
१	चंद्रपूर	१५०१०	३९८.९६
२	यवतमाळ	४५२१	१२५.२७
३	पुणे	४२९४	१६९.५५
४	अकोला	३५१९	८८.७२
५	भंडारा	३४९८	४४.७१
६	नांदेड	३३५१	७९.७३
७	कोल्हापूर	३२७५	६९.१०
८	गडचिरोली	३१००	७६.५२
९	औरंगाबाद	२१६४	९०.७९
१०	अमरावती	१९३८	९४.००
११	सोलापूर	१७५९	८१.४५
१२	जळगाव	१७३२	६६.७४
१३	धुळे	१७३१	४९.४७
१४	लातूर	१५५६	६९.४२
१५	बीड	१३८५	४१.२३
१६	उस्मानाबाद	१३७५	३८.१९
१७	रायगड	१३७३	४०.४१
१८	सांगली	१२८५	४५.४१
१९	वर्धा	१२६६	३६.०८
२०	वाशिम	१२५५	४१.६२
२१	ठाणे	१२२४	४१.१०
२२	नाशिक	१२२३	६३.७०
२३	नागपूर	१२०६	४१.६१
२४	गोंदिया	११७७	३७.२५
२५	रत्नागिरी	११५४	३८.३२
२६	सातारा	१०२८	४१.३६
२७	अहमदनगर	१०१०	६०.५८

२८	जालना	९४४	४३.८१
२९	बुलढाणा	८३२	२८.२३
३०	नंदूरबार	७२१	२०.९०
३१	परभणी	६१५	१३.८७
३२	सिंधूदुर्ग	३९२	२५.५२
३३	हिंगोली	२३२	७.९१
	एकूण	७११४६	२२३४.११

संदर्भ :- Progress of SHG -Bank Linkage in India NABARD 2004 - 2005

या तक्त्यावरून स्पष्ट होते की, महाराष्ट्रात स्वयंसहाय्यता गटाची संख्या वाढत असून वित्तसहाय्य वाढत आहे.

यावरून स्पष्ट होते की लोकांच्या गरजेतून लोकांनी वैयक्तिक व सामूहिक बचतीच्या पद्धती शोधून काढल्या. त्यांचे व्यवस्थापन बऱ्याच काळापर्यंत केल्याचे दिसते. तसेच महिलांनी पुढाकार घेतल्याचे दिसते. महिला अशिक्षित व अज्ञान, यामुळे नोंदी करू शकल्या नाही अशा होणाऱ्या बाबीकडे समाजाने दुर्लक्ष केले आहे.

महाराष्ट्रामध्ये स्वयंसहाय्यता समूह चळवळीत व्यापारी बँका, प्रादेशिक बँका, सहकारी बँका, इ. अभिकर्त्याद्वारे वित्तसहाय्य केले जात आहे. अशा अभिकर्त्याद्वारे बचत गटांना झालेले वित्तसहाय्य पुढीलप्रमाणे.

तक्ता क्र ३.२

अभिकर्त्याद्वारे वित्तपुरवठा व गटसंख्या

अ. क्र.	अभिकर्ते	मार्च २००४ अखेर		मार्च २००५ अखेर	
		स्वयंसहाय्यता गट संख्या	वित्तसहाय दशलक्ष रु.	स्वयंसहाय्यता गट संख्या	वित्तसहाय दशलक्ष रु.
१	व्यापारी बँका	१८७६९	६५५.४७	३५८५१	१३३५.३६
२	प्रादेशिक ग्रामीण बँका	१२५१४	३१९.९५	१८७११	५६५.५७
३	सहकारी बँका	७२५२	१६०.६८	१६५८४	३३३.१८
	एकूण	३८५३५	११३६.१०	७११४६	२२३४.११

संदर्भ :- Progress of SHG Bank Linkage in India NABARD-2004 - 2005 Page No. 32

या आकडेवारीवरून स्पष्ट होते की, महाराष्ट्रात बँकेशी संलग्नता झालेल्या गटांची संख्या व वित्तसहाय्यात वाढ झालेली आहे.

महाराष्ट्रामध्ये बचत गटाची चळवळ आर्थिक प्रणालीवर आधारित असली तरी सामाजिक वलयांची जोड दिलेली आहे. महाराष्ट्रामध्ये ही चळवळ तीन स्तरातून चालली आहे.

१. बँका गट स्थापन करून गटांचे मूल्यांकन करतात असे ३२४४९ गट असून त्या गटांना बँकांनी रू ९८८.८९ दशलक्ष वित्तसहाय्य केले आहे.

२. स्वयंसेवी संस्था गट स्थापना करून गटाचे मूल्यांकन करतात असे ३८८२६ गट असून या गटांना बँकांनी १२४०.७० दशलक्ष वित्तसहाय्य दिलेले आहे.

३. स्वयंसेवी संस्था गट स्थापन करून गटांचे मूल्यांकन करतात असे २७१ गट असून त्यांना रू ४.५२ दशलक्ष वित्तसहाय्य स्वयंसेवी संस्थेकडून बँकांनी केले आहे. मार्च २००५ अखेर ७११४६ बचत गट कार्यरत असून त्यांना रु. २२३४.११ दशलक्ष खेळते भांडवल व व्यावसायिक कर्ज दिलेले आहे.

स्वयंसहाय्यता समूहाच्या चळवळीत बँका, स्वयंसेवीसंस्था, सरकारी कार्यालये इत्यादी कार्यक्रमांना उपस्थित राहून गट क्षमता बांधणी करतात.

या क्षमता बांधणीची व्याप्ती खालील तक्त्यावरून स्पष्ट होते.

तक्ता क्र. ३.३
गट बँक संलग्नता सविस्तर कार्यक्षमता बांधणी

अ. क्र.	तपशील	सहभागी संख्या		सहभागी संख्या	
		२००३-०४	संचयित	२००४-०५	संचयित
१	बँका	१३४९	४३७०	२२७९	६६४९
२	स्वयंसेवी संस्था	३३६	८८८	३४२	१२३०
३	गटप्रमुख व सभासद	६१४९	१६०३४	९७९८	२५८३२
४	अचानक भेटी	१२३	१४२	१९९	३४१
५	विभागीय पातळीवर बँक कमिटीने भेट दिलेली गटसंख्या	८७९	९९८	१३०६	२३०४
६	पंचायतराज संस्थेत प्रशिक्षणासाठी निवडलेले सदस्य	४५	१२८	००	१२८
७	बँक अधिकाऱ्यांच्या भेटी	१५०	५९२	२५८	८०५

८	स्वयंसेवी संस्थाच्या भेटी	–	१२५	००	१२५
९	राज्यस्तरीय पतवितरण व पुनरवलोकन समन्वय समिती	२०	८०	००	८०
१०	इतर	२६७	७७९	००	७७९
	एकूण	९३१८	२४१३६	१४५१२	३८६४८

संदर्भ :- Progress of SHG Bank Linkage in India NABARD-2003-2004, 2004-2005

या तक्त्यावरून असे स्पष्ट होते की महाराष्ट्रात गट बांधणी चळवळीची व्याप्ती वाढत आहे.

महाराष्ट्रामध्ये स्वयंसहाय्यता समूह चळवळीत गडचिरोली जिल्ह्याचा प्रथम क्रमांक असून पुणे जिल्ह्याचा तिसरा क्रमांक लागतो. पुणे हे महाराष्ट्रातील महत्वाचे ठिकाण असून या जिल्ह्यात चैतन्य संस्था, खेड यांचा नामोल्लेख केला जातो. त्या पाठोपाठ ग्रामीण महिला बालक विकास मंडळ, पुणे ही संस्था स्वयंसहाय्यता गट चळवळीबाबत अग्रेसर आहेत. तसेच नागरी भागात अन्नपूर्णा महिला मंडळाचे कार्य कौतुकास्पद आहे.

पुणे जिल्ह्यामध्ये ग्रामीण पतपुरवठा पाहणी समिती योजनांतर्गत गट सुरू झालेले असले तरी तत्पूर्वीचे गट सुरू आहेत. सन १९८७ मध्ये स्त्री-पुरूष गट स्थापन झाले असले तरी १९९० मध्ये येरंडी ता. खेड येथे चैतन्य संस्थेमार्फत महिला बचत गट सुरू झालेला आहे. तसेच पुणे जिल्ह्यातील इंदापूर तालुक्यातील शेटफळगडे येथे ६ जून १९९३ रोजी 'नागेश्वर महिला स्वयंसहाय्यता बचत गट' ग्रामीण महिला व बालक विकास मंडळ पुणे या स्वयंसेवी संस्थेमार्फत पहिला गट स्थापन झाला आहे.

पुणे जिल्ह्यात मार्च २००४ अखेर महाराष्ट्र शासनाने संकल्पपूर्ती योजना जाहीर केली या योजनेतर्गंत पुणे जिल्ह्यात १०००० बचत गट स्थापना उद्दिष्टानुसार १२७०२ गट स्थापन होऊन १०३७४ गटांनी बँकेत खाते उघडली आहेत. त्यामध्ये दारिद्ररेषेखालील १५७२ गट असून या गटांना रु. ९२.७९ कोटी वित्तसहाय केले आहे.

पुणे जिल्ह्यात १३ तालुक्यामध्ये स्वयंसहाय्यता समूह चळवळ स्वयंसेवी संस्था मार्फत प्रगतीपथावर आहे. हे खालील तक्त्यावरून स्पष्ट होते.

तक्ता क्र ३.४

पुणे जिल्ह्यातील तालुकानिहाय स्वयंसहाय्यता बचत गट संख्या

अ न	तालुके	एकूण गट	बँकेत खाते उघडलेल्या गटांची संख्या	दारिद्र्य रेषेखालील गटांची संख्या	इतर गटांची संख्या
१	इंदापूर	२११४	२०९२	५८२	१५३२
२	दौंड	१६१०	१५३२	४५३	११५७
३	जुन्नर	१५९२	१५६९	४४२	११५०
४	खेड	१५१८	१५१८	२९०	१२२८
५	हवेली	१४८३	१४८३	२०८	१२७५
६	मावळ	१४००	१४००	२९०	१११०
७	शिरूर	१३६६	१२५६	१९६	११७०
८	बारामती	१३२८	१२९८	४८७	८४१
९	पुरंदर	१२४९	११९९	२५१	९९८
१०	आंबेगाव	९२३	९२३	१८१	८४१
११	भोर	७९५	७९५	१९१	६०८
१२	मुळशी	७३५	७१६	१३५	६००
१३	वेल्हा	२१६	२१६	४५	१७१
	एकूण	१६३२९	१५९९७	३७५१	१२५७८

संदर्भ :- (पुणे जिल्हा ग्रामीण विकास यंत्रणा पुणे. जिल्हा परिषद पुणे, प्रगती अहवाल, माहे फेब्रुवारी मार्च २००६ अखेर) या तक्त्यावरून स्पष्ट होते की, पुणे जिल्ह्यातील इंदापूर तालुका हा सर्वाधिक बचतगट संख्या २११४ असून प्रथम क्रमांकावर आहे. पुणे जिल्ह्यामध्ये संख्यात्मक वाढीबरोबर गुणात्मक वाढही उल्लेखनीय झालेली आहे. तसेच विविध प्रकारचे व्यवसाय, बचतगटामार्फत सुरू आहेत.

□

४

महिलांचे सबलीकरण व स्वयंसहाय्यता बचतगट

४.१ प्रस्तावना : स्वातंत्र्योत्तर काळात महिलांच्या विकासासाठी जाणीवपूर्वक प्रयत्न करण्यात आलेले असले, तरी अपेक्षित यश प्राप्त झालेले नाही. सर्व यशापयश आर्थिक समस्यांच्या स्वरूपावर अवलंबून असते, सर्व समस्यांचे मूळ आर्थिक असते. समाजात आर्थिक सुबत्ता आली तर समाजात स्थान प्राप्त होते, परंतु समाजात महिला घटक उपेक्षित आहे. त्यांच्या गुणांची, कष्टाची, कदर घ्यावीशी वाटत नाही. ती आयुष्यभर मुलगी, पत्नी, आई या स्वरूपात जीवन कंठीत असते. ती अहोरात्र काबाडकष्ट करते, लहान मोठ्यांची काळजी करण्यात आयुष्य घालविते. परंतु स्त्री घटकाचा मान कोणीही ठेवत नाही, याचे मूळ कारण आर्थिक आहे. म्हणून महिलांना आर्थिकदृष्ट्या स्वावलंबी बनवून समाजात पैशाला महत्त्व देण्याची प्रवृत्ती बदलून गुणांना मान देण्यासाठी एक नवे साधन म्हणून स्वयंसहाय्यता गट हे पर्व निर्माण झाले आहे, म्हणून प्रस्तुत भागात महिलांचे सबलीकरण म्हणजे काय ? महिलांच्या सबलीकरणास स्वयंसहाय्यता गट कसे कारणीभूत ठरतात ? हे जाणण्या अगोदर महिलांची आजची आर्थिक, सामाजिक, शैक्षणिक, राजकीय, आरोग्य, संविधानिक स्थिती पाहणे उचित ठरेल. अर्थव्यवस्थेतील स्थान वैशिष्ट्यपूर्ण सांगता येईल.

४.१.१ आर्थिक स्थान (Economic Status) : आर्थिकस्तरावर सर्वच प्रकारची कामे महिला पुरुषांबरोबर कमी वेतनावर करताना दिसतात. महिलांना हीन दर्जाची, निकृष्ट स्वरूपाची कामे, कामाचे शोषक स्वरूप, असुविधापूर्ण वातावरणातील कामे, कामाच्या जागी लैंगिक छळ, अशा स्थितीत कामे करावी लागतात. ही

कामे करताना ती घरकामाची जबाबदारी पार पाडत असते. या दुहेरी जबाबदारीमुळे महिलांचे आयुष्य तणावग्रस्त बनले आहे, असे असूनही कोणतीही मालमत्ता तिच्या नावावर नाही. आर्थिकदृष्ट्या महिला पूर्णपणे परावलंबी आहे.

४.१.२ सामाजिक स्थान (Social Status) : परंपरागतदृष्ट्या महिलांचे समाजातील स्थान दुय्यम राहिलेले आहे. सामाजिक संस्कार, रूढी, परंपरा, यामुळे कन्या, पत्नी, माता या नात्याने विविध सामाजिक जबाबदाऱ्या पार पाडण्यात आयुष्य खर्च होत आहे. या जबाबदाऱ्या पार पाडल्यामुळे समाजात सौख्य नांदते. परंतु या जबाबदाऱ्यांची दखल कोणालाही घ्यावीशी वाटत नाही म्हणून स्त्रिया परिस्थितीच्या गुलाम होऊन जातात. स्वतःचे प्रश्न सोडवण्याची क्षमता असूनही संधी दिली जात नाही. स्त्रियांकडे समाजात हीन पद्धतीने पाहिले जाते. जन्मापूर्वीच तिची जीवनाची नाळ तोडली जाते.

४.१.३ राजकीय स्थान (Political Status) : एकूण लोकसंख्येत स्त्रियांचे प्रमाण ५०% असूनही प्रत्यक्ष सक्रिय राजकारणात सहभाग नगण्य आहे. पंचायतराज मध्ये ३३% जागा महिलांना राखीव असल्या तरी त्या ठिकाणी महिला नेतृत्व अभावानेच करताना दिसत आहे. प्रत्यक्षात सर्वच निर्णय पुरुषांकडून घेतले जातात. महिलांच्या प्रश्नाबाबतही निर्णय पुरुषांकडून घेतले जातात, अशी दयनीय अवस्था राजकीयदृष्ट्या महिलांची आहे.

४.१.४ शैक्षणिक स्थान (Educational Status) : स्त्रियांमध्ये साक्षरतेचे प्रमाण फार कमी आहे. सन २००१ च्या जनगणनेनुसार देशात ४५.८४% महिला निरक्षर आहेत. सर्वच राज्यांमध्ये साक्षरता प्रमाण वेगवेगळे असले तरी पुरूषांच्या मानाने कमीच आहे. शिक्षणाच्या सर्व स्तरावर स्त्री शिक्षणाचे प्रमाण कमी कमी होत आहे. महिलांच्या शिक्षणाबाबत पुरुषांची भूमिका नैराश्यवादी आहे.

४.१.५ आरोग्यविषयक स्थान (Health Status) : भारताच्या दुर्गम ग्रामीण भागात महिलांची आरोग्यविषयक व आहारविषयक सतत हेळसांड होत आहे. भारतात पितृसत्ताक पद्धतीमुळे सकस ताजे अन्न प्रथम पुरुषांना दिले जाते, त्यानंतर उरलेसुरले अन्न महिलांना मिळते. कधीकधी उपाशीपोटी महिला दिवस कंठत असतात, त्यामुळे साथीच्या रोगांना महिला लवकर बळी पडतात. तसेच महिलांना आरोग्यविषयक सुविधा लवकर व वेळेत उपलब्ध होत नाही, त्यामुळे बाळंतपणात मृत्युमुखी पडण्याचे प्रमाण वाढत आहे. शिवाय बालविवाह केल्यामुळे कमी वयात मातृत्वामुळे आयुष्य कमी कमी होते.

महिला आरोग्याबाबत कमालीची दिरंगाई करतात. दुखणे अंगावर काढतात. पुरुष डॉक्टरांची लाज वाटते म्हणून तपासणे टाळतात अशा विविध कारणांनी आरोग्याची काळजी न घेता मानसिक रोगाला बळी पडतात.

४.१.६ संविधांनिक स्थान (Legal Status) : भारतातील बहुतांशी महिलांना आपल्या हक्कांचे, अधिकारांचे रक्षण करणारे कायदेकानून याबाबत जाणीव व जागृती नाही, त्यामुळे बऱ्याच महिला अन्यायाला बळी पडतात. स्वतःवरील अन्याय दूर करणाऱ्या यंत्रणांची जाणीव नसल्यामुळे मानसिक, शारीरिक छळाला तोंड द्यावे लागते. परित्यक्ता, विधवा स्त्रियांना कमालीचा मानसिक त्रास व सामाजिक अवहेलना सहन करावी लागते.

अशाप्रकारे महिलांची सद्यःस्थिती असमाधानकारक असली तरी, शासनाने अनेक उपाय केले असले तरी फारसा फरक पडलेला नाही. म्हणून महिलांचे संघटन करणारी चळवळ म्हणून स्वयंसहाय्यता गटाद्वारे सबलीकरण केले जात आहे.

४.२ महिलांचे सबलीकरण (Empowerment of Women) **:** सन २००१ महिला सबलीकरणाचे वर्ष मानले जात असले तरी स्वातंत्र्यपूर्व काळात महिलांचे सबलीकरण करण्यासाठी छत्रपती शाहू महाराज, महात्मा ज्योतीबा फुले, सावित्रीबाई फुले अशा मान्यवरांनी मुलींना शिक्षणांसाठी शाळा सुरू करून महिलांचे सबलीकरण करण्याचा प्रयत्न केला आहे. सबलीकरणाच्या दृष्टीने समर्पक अशी व्याख्या करता येत नसली तरी काही अभ्यासकांनी व्याख्या करण्याचा प्रयत्न केला आहे.

१) स्त्री सक्षमीकरणाचा साधा सरळ अर्थ असा की, "स्त्रीने, स्वतःच्या क्षमतांची ओळख करून घेऊन क्षमतांचा विकास करावयाच्या घरगुती व सामाजिक निर्णयांच्या प्रक्रियेत सहभागी होण्याचा प्रयत्न करणे म्हणजे सबलीकरण होय."

२) स्वतःच्या क्षमतांचा विकास करणे व स्वतःच्या समस्यांचे निराकरण करून आत्मनिर्भरतेने व आत्मविश्वासासाठी काम करणे, यासाठी मदतीची माहिती मिळविणे त्यास महिला सबलीकरण म्हणतात.

३) जागतिक बँकेने केलेली व्याख्या, 'व्यक्तींना किंवा गटांना आपली पसंती ठरविण्याची व ही पसंती इष्ट त्या कृतीमध्ये आणि फलप्राप्तीमध्ये उतरविण्याची क्षमता वाढविण्याची प्रक्रिया म्हणजे सबलीकरण होय.'

४) १९८७ युनोने जागतिक महिलास्तरावरील कार्यशाळेत 'व्हिनेसा ग्रिफेनने' केलेली व्याख्या 'स्त्री सक्षमीकरण म्हणजे स्त्रीच्या अंगी निर्णय घेण्याची,

नियंत्रण करण्याची, संघटित करण्याची क्षमता, मतप्रदर्शन करणे, कृतिशील कार्यक्रम घडवून आणणे लोकसंपर्क, जनसंपर्क, संस्थासंपर्क, आर्थिक व्यवहार इ. करण्याची क्षमता व आवड निर्माण होणे त्यास महिला सबलीकरण म्हणतात.'

५) स्त्री सबलीकरण म्हणजे, 'आत्मविश्वासामध्ये वाढ, क्षमता, वृद्धी, सामाजिक जाणीव, जागृती, कार्यात्मक साक्षरता, लिंगसमभाव संचेतन, आरोग्यविषयक जाणीव, स्वतः आत्मसन्मानाने जगणे, आत्मनिर्भर व वित्तीय संस्थाबरोबर जोडणी घेणे त्यास महिला सबलीकरण म्हणतात.'

४.३ सबलीकरणाचे घटक : महिलांचे सबलीकरण अनेक घटकांनी अपेक्षित असले तरी सबलीकरणाचे मुख्य घटक खालील कोष्टकाप्रमाणे आहेत.

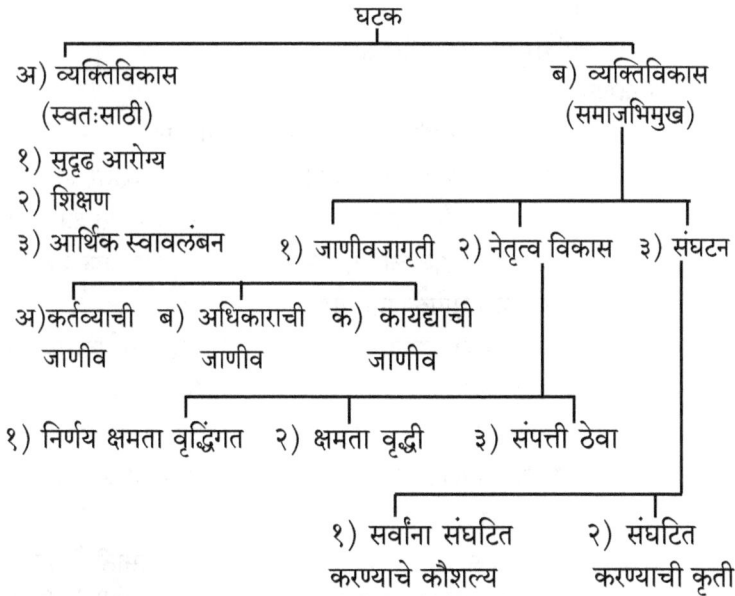

```
                          घटक
        ┌──────────────────┴──────────────────┐
अ) व्यक्तिविकास                          ब) व्यक्तिविकास
   (स्वतःसाठी)                               (समाजभिमुख)
१) सुदृढ आरोग्य
२) शिक्षण
३) आर्थिक स्वावलंबन    १) जाणीवजागृती  २) नेतृत्व विकास  ३) संघटन

अ)कर्तव्याची   ब) अधिकाराची   क) कायद्याची
   जाणीव        जाणीव          जाणीव

१) निर्णय क्षमता वृद्धिंगत   २) क्षमता वृद्धी   ३) संपत्ती ठेवा

                १) सर्वांना संघटित     २) संघटित
                   करण्याचे कौशल्य       करण्याची कृती
```

अ) स्वतःसाठी व्यक्तिविकास :

१) आरोग्य : स्त्रियांच्या आरोग्याबाबत फार मोठी हेळसांड होत आहे. स्त्री आरोग्य सुदृढ असेल तर कौटुंबिक मानसिकता अबाधित राहाते, म्हणून स्त्री आरोग्य सुदृढ ठेवण्यासाठी सकस आहार व वैद्यकीय सुविधा नियमित मिळाव्यात. त्यामुळे जीवनमान उंचावून सामाजिक सौख्य नांदते. म्हणून सुदृढ आरोग्य हा सबलीकरणाचा महत्त्वाचा घटक आहे.

२) **शिक्षण :** महिलांच्या सर्वांगीण सबलीकरणासाठी शिक्षण हे महत्त्वाचे साधन आहे. शिक्षणामुळे व्यावहारिक कौशल्ये, उद्योजकता, संवाद, सामाजिक जडणघडण असे विविध गुण अंगीकृत होतात. म्हणून महिलांना उच्च शिक्षण, तांत्रिक शिक्षण, प्रशिक्षण मिळाल्यास त्या रोजगाराभिमुख होतील, त्यातून सबलीकरण होईल.

३) **आर्थिक स्वावलंबन :** महिलांचे खऱ्या अर्थाने सबलीकरण हे आर्थिक स्वावलंबन झाल्यानंतरच होईल. त्या कमवत्या झाल्या, चार पैसे मिळवत्या झाल्या, तर त्यांचे आर्थिक स्वावलबंन होईल, त्यामुळे त्यांचा कौटुंबिक निर्णयात सहभाग वाढेल, त्यासाठी स्वयंसहाय्यता गट आवश्यक आहे.

ब) समाजाभिमुख व्यक्तीविकास :

१) जाणीव व जागृती :

अ) **कर्तव्याची जाणीव :** महिलांना कन्या, माता, पत्नी, या भूमिकेतून कर्तव्ये पार पाडावी लागतात. त्याचबरोबर स्वतःचे गुण, क्षमता, कौशल्य याची जाणीव होऊन ते विकसित करण्याचे कर्तव्य पार पाडावे लागते. तसेच कौटुंबिक, सामाजिक कर्तव्ये अशी दुहेरी भूमिका पार पाडता आली पाहिजे.

ब) **अधिकाराची जाणीव :** स्त्रीने स्वतःच्या अधिकारकक्षा ओळखून अधिकारवाणीने काम केले पाहिजे. स्वतःचे आरोग्य सांभाळणे, त्यासाठी उत्पन्नातून काही भाग खर्च करून स्वास्थ टिकविणे, मतदान निर्णय हे अधिकार बजावणे शक्य आहे तेव्हाच सबलीकरण होईल.

क) **कायद्याची जाणीव :** शासकीय पातळीवर महिलांसाठी जे कायदे केले आहेत, त्या कायद्याची जाणीव व अंमलबजावणी केली तर सबलीकरण होईल. महिलांसाठी असणाऱ्या कायद्याची अंमलबजावणी करून स्वतःवरील अन्याय दूर केल्यास सबलीकरण होईल. उदा हुंडाबळी, वडीलोपार्जित संपत्तीत वाटा, विवाह वय, द्विभार्या प्रतिबंध कायदा, पोटगी कायदा, यासाठी जाणिवपूर्वक काम करण्याची गरज आहे, त्यासाठी नेतृत्व धैर्य असले पाहिजे.

२) **नेतृत्व विकास :** नेतृत्व विकास होणे म्हणजे इतरांबरोबर पुढाकाराने काम करणे. तसेच स्वतःच्या प्रयत्नाने परिस्थितीवर अनुकूल परिणाम घडवून आणण्यासाठी पुढाकाराने कार्य केले तरच सबलीकरण होते.

अ) **निर्णयक्षमता वृद्धिंगत :** नेतृत्व विकासाचा महत्वाचा गुण म्हणजे निर्णय घेण्यासाठी जबरदस्त आत्मविश्वास. अशा गुणांची जाणीव झाल्यास महिला अचूक निर्णय घेऊ शकतात.

ब) **क्षमता विकास :** प्रत्येक मानवाला शिक्षण व प्रशिक्षण यातून सबलता वाढविता येते. नेतृत्व करण्यासाठी संवाद कौशल्य, टिपणी कौशल्य, माहितीचे कौशल्य, नियोजन, व्यवस्थापन इ. कौशल्यांची क्षमता विकसित केली तरच महिलांचे सबलीकरण होईल.

क) **संपत्ती ठेवा :** महिलांच्या सबलीकरणाला निर्णय क्षमता विकासाबरोबर संपत्ती ठेवा आवश्यक असतो. त्याद्वारे त्या सबला होतात. सामाजिक सबलीकरणाबरोबर वित्तीय सबलीकरण सोपे असते. त्यामुळे सबलीकरण घटक महत्वाचा आहे.

३) **संघटन :** महिला सबलीकरणामधील महत्त्वाचा घटक म्हणजे महिलांचे संघटन होय. संघटन केल्यास सामूहिक विकास होतो. संघटितपणा खालीलप्रमाणे केला जातो.

अ) **संघटित करण्याचे कौशल्य :** महिलांना एकत्रित करण्याचे मोठे कौशल्य आत्मसात करावे लागते. हे कौशल्य शिक्षण व प्रशिक्षण आणि अनुभवाने प्राप्त होत असते. त्यासाठी कठोर परिश्रम घ्यावे लागतात.

ब) **संघटित काम करण्याची वृत्ती :** सर्वांना विविध कौशल्य वापरून संघटित केल्यानंतर सामूहिक कृती आराखडा तयार करून त्याची अंमलबजावणी कसोशीने केली पाहिजे.

सबलीकरणाचे घटक आत्मसात करण्यासाठी शिक्षण, अनुभव, जबाबदाऱ्या, संघर्ष, समाजाचे वातावरण या प्रक्रियेतून टप्याटप्याने करावे लागेल.

४.४ स्वयंसहाय्यता गटाद्वारे महिलांचे सबलीकरण : समाजातील विषमता कमी करण्यासाठी विविध विकास योजना, चळवळी, फोफावत आहेत. त्यातून सबला या दृष्टिकोनातून परिवर्तन होत आहे. सबला व्यक्ती सभोवतालचे

वातावरण बदलून शाश्वत विकास करतात म्हणून कमकुवत महिला घटकांना स्थायी स्वरूपात शाश्वत आर्थिक स्त्रोत निर्माण केल्यास सबलीकरण होऊ शकते. या- करिता गेल्या १० ते १५ वर्षात स्वयंसहाय्यता गटाद्वारे महिलांचे विविध स्तरावर सबलीकरण होत आहे. सर्व स्वयंसहाय्यता गटातून महिलांचे समान सबलीकरण होईल असे सांगता येत नाही,कारण प्रत्येक स्वयंसहाय्यता गटाची आर्थिक, सामाजिक परिस्थिती वेगवेगळी असते. तरी स्वयंसहाय्यता गटामार्फत पुढीलप्रमाणे सबलीकरण होत आहे.

४.४.१ आर्थिक सबलीकरण : स्त्री कामाचा दर्जा, परिस्थिती यागोष्टी हीन दर्जाच्या मानलेल्या आहेत. स्त्रियांच्या कामाला केंद्रीभूत मानून त्यांच्या कामाचा, त्यागाचा विचार केल्यास सबलीकरणास सुरूवात होईल. तिच्यात आत्मविश्वास, धाडस, निर्णयक्षमता निर्माण होईल. स्वतंत्र उद्योग उभा करणे जोखमीचे वाटते. परंतु त्या स्वयंसहाय्यता गटामार्फत धाडसाने उद्योग सुरू करतात, कारण उद्योग, प्रशिक्षण, भांडवल उभारणी, विक्री व्यवस्था, यंत्रसामुग्री, कच्चामाल, कर्जफेड इ. गोष्टींचा सल्ला मार्गदर्शन गटामार्फत मिळतो. त्यामुळे महिलांची निर्णयक्षमता, कार्यक्षमता, व्यवस्थापन कौशल्य, रोजगारनिर्मितीत वाढ इ. गोष्टी गटाद्वारे मिळतात त्यामुळे सबलीकरण होते. स्वयंसहाय्यता गटाद्वारे आरोग्य, शिक्षण, घरखर्च व बचतीसाठी पैसा उपलब्ध होतो. सामूहिक शक्ती वाढवून रोजगार निर्मिती व प्राप्ती होते, बँक कर्जफेड होते, त्यामुळे आर्थिक सबलीकरण शक्य होते.

जागतिकीकरणाच्या प्रक्रियेत रोजगार संधी कमी होताना स्वयंसहाय्यता गट रोजगार संधीत वाढ करीत आहे. म्हणून महिलांचे आर्थिक सबलीकरण गटाद्वारेच होईल.

४.४.२ सामाजिक सबलीकरण : समाजातील चालीरीती, रूढी, परंपरा या बंधनांमुळे स्त्रीचे सामाजिक खच्चीकरण मोठ्या प्रमाणात होत आहे. सामाजिक बंधनांमुळे खच्चीकरण होऊन स्त्री अबला बनलेली आहे. स्वातत्र्यपूर्व व स्वातंत्र्यानंतर शिक्षणाच्या माध्यमातून अनेक समाजसुधारकांनी महिलांचे सामाजिक बंधन शिथिल करण्यास सुरूवात केली आहे. यात महत्वाचा घटक स्वयंसहाय्यता गट होय. गटामुळे महिला एकत्र येऊ लागल्या. गावातील चावडीवर एकत्र येऊन गावप्रश्नावर चर्चा करू लागल्या, गावातल्या देवळात महिला सभा घेऊ लागल्या, गटामुळे स्त्री-पुरुष समानता प्रस्थापित होऊ लागली. गटामुळे अत्याचार, हुंडाबळी अशा प्रथांना आळा बसू लागला. स्त्रिया साक्षर होऊ लागल्या, जनजागृती होऊ लागली. गटामुळे

विचारांची देवाणघेवाण होऊ लागली. दबावगट निर्माण होऊ लागला. महिला स्वत:च्या प्रश्नांसबंधी मोर्चा, आंदोलने करू लागल्या. आपल्या हितासाठी गटामार्फत चळवळी उभ्या करू लागल्या.

४.४.३ राजकीयदृष्टच्या सबलीकरण : स्वयंसहाय्यता गटाच्या माध्यमातून महिला राजकारणात सहभागी होत आहे. गटामध्येच संघटन, व्यवस्थापन, निर्णय, राजकीय डावपेच यांचे कौशल्य आत्मसात होऊ लागले. त्यामुळे त्या पंचायतराज संस्थांचा कारभार सुरळीतपणे पार पाडत आहेत. शिवाय नेतृत्व व कर्तव्य पार पाडण्याची संधी त्यांना प्राप्त झाली आहे. स्वयंसहाय्यता गटामुळे राजकीय दबाव गट निर्माण होत आहे. राजकीय व्यासपीठावर सन्मानाने वागविले जात आहे.

अशा पध्दतीने गटाद्वारे महिलांचे विविध स्तरावर सबलीकरण होत आहे.

४.५ सबलीकरणात येणाऱ्या अडचणी : सबलीकरण ही अखंड चालणारी प्रक्रिया आहे. त्यासाठी अथक परिश्रम, प्रयत्नांची गरज आहे. यासाठी महिलांची मानसिकता तयार करून सबलीकरण करावे लागेल. त्या प्रक्रियेत पुढीलप्रमाणे अडचणी येतात.

४.५.१ समाजाचा विरोध : महिलांचे परिवर्तन स्वीकारण्यास समाजातील पुरुष, पुढारी लोक सहसा अनुकूलता दर्शवित नाहीत. कदाचित महिलांना संघटित करताना समाजाचा विरोध होईल, प्रसंगी संघर्ष हाऊ शकतो.

४.५.२ चारित्र्यावर ठपका : घराबाहेरील जबाबदाऱ्या, कर्तव्य, महिला करू लागताना अनेक मंडळींशी कामानिमित्त संपर्क, भेटीगाठी द्याव्या लागतात. त्यातून महिलांच्या चारित्र्यावर आरोप केले जातात. महिलांच्या यशाची पायरी चढताना अनैतिक संबंधाच्या अफवा फैलविल्या जातात. जेणेकरून महिलांनी घराबाहेर पडू नये.

४.५.३ महिलांची स्वत:ची मानसिकता : महिलांचे स्वत:चे बदललेले स्थान, सामाजिक आरोप, प्रत्यारोप, टीका, अफवा या कारणांमुळे स्वीकारण्यास मानसिकता निर्माण होत नाही. ती स्वत:ला कमी लेखत असते.

४.५.४ पोषक वातावरणाचा अभाव : महिलांचे सबलीकरण करण्यासाठी समाजात पोषक वातावरणाची आवश्यकता असते, परंतु समाजात असे वातावरण अशक्य असते. त्यामुळे महिला थोड्या फार अपयशांनी खचून जातात.

४.५.५ सार्वत्रिक दारिद्र्य : भारतामध्ये सबलीकरणात महत्वाचा अडसर

सार्वत्रिक दारिद्र्य होय. महिलामध्ये सर्व बाबतीत दारिद्र्याचे प्रमाण मोठे असल्यामुळे सबलीकरणात अडचणी येतात.

४.५.६ शैक्षणिक भेदभाव : भारतामध्ये मुला-मुलींच्या शिक्षणाबाबत सतत भेदभाव केला जातो. त्यामुळे मुलींना उच्च शिक्षणापासून वंचित ठेवले जाते त्यामुळे सबलीकरणात अडचणी येतात.

४.५.७ काम व वेतनात तफावत : महिलांच्या व पुरुषांच्या कामात व वेतनात तफावत केली जाते. स्त्रियांना कमी वेतनावर हलक्या प्रतीचे व जास्त वेळ कामे दिली जातात. त्यामुळे वैचारिक कार्यक्षमता कमी होते. त्यामुळे सबलीकरण करणे अवघड असते.

४.५.८ इतर समस्या : कौटुंबिक स्थान, वैचारिक पात्रता, महिलांकडे पाहण्याची वृत्ती, महिला वर्तणुकीबाबत साशंकता अशा विविध समस्यांमुळे महिलांचे सबलीकरण करण्यात अडचणी येतात.

अशाप्रकारे सबलीकरणात अडीअडचणी असल्या तरी यावर स्वयंसहाय्यता गटामार्फत मात करता येईल.

□

५
स्वयंसहाय्यता बचतगटापुढील आव्हाने व धोरणे

भारतामध्ये महिला बचत गट ग्रामीण, आदिवासी व शहरी भागात तग धरून सक्षम होत आहे. मोठ्या प्रमाणात महिलांचे सबलीकरण होत आहे. गटामुळे महिला कमावत्या होऊ लागल्या आहेत. तसेच ग्रामीण भागात सहकाराला पर्याय म्हणून स्वयंसहाय्यता गट चळवळ जोमात सुरू आहे. शासकीय सहकार्य मिळत आहे. जागतिक स्तरावर बँका, बहुराष्ट्रीय कंपन्या, विमा कंपन्या या चळवळीत रस दाखवित आहेत. म्हणून जगाच्या कानाकोपऱ्यात चळवळ पसरली असली तरी सहकाराप्रमाणे चळवळीत वर्तमान व भविष्यात फार मोठी आव्हाने उभी राहतील. त्यादृष्टीने धोरणे राबवून अंमलबजावणी करणे आवश्यक आहे. सद्यःस्थितीतील आव्हाने पुढीलप्रमाणे आहेत.

१) बचत गट चळवळीत राजकीय पक्ष वेगळया उद्दिष्टाने उतरल्यामुळे ही चळवळ सहकाराप्रमाणे राजकीय बटीक बनत आहे. प्रत्येक राजकीय पक्ष आपआपल्यापरीने वोटबँके प्रमाणे या चळवळीच्या ताकदीचा वापर करीत आहे. शिवाय राजकीय निर्णयात स्त्रियांना नगण्य स्थान आहे. त्यामुळे राजकीय पक्ष फक्त गटांचा वापर करणार आहेत. म्हणून राजकीय पक्षाने फक्त गटांना प्रबोधन करावे. अन्यथा हस्तक्षेप करू नये.

२) बचतगटात राजकीय पक्ष जातीयवादाला खतपाणी घालत आहेत. ग्रामीण, शहरी, प्रादेशिक, मागास, आदिवासी, धर्म, जाती-पोटजाती अशा विविध रूपाने चळवळीची ताकद कमी करीत आहे, त्यांच्यात फूट पाडत आहेत. हे फार मोठे आव्हान गटासमोर उभे आहे. अशाबाबत व्यापक दृष्टिकोनातून धोरण असावे.

३) शासनाने चांगल्या उद्देशाने योजनेच्या सक्षमीकरणाला प्राधान्य दिले

असले तरी दारिद्र्य, बिगर दारिद्र्य अशी वर्गवारी केलेली आहे. मूळात सर्वच स्त्रिया दारिद्र्यात आहेत. त्यांचा अनुदानाबाबत भेद केला आहे. दारिद्र्यरेषेतही फक्त अनुसूचित जाती, जमाती यांना अनुदान दिले जात आहे. म्हणून अनुदानाबाबत एक सामाईक धोरण असावे अन्यथा अनुदान बंद करावे कारण हे तुटपुंज्या स्वरूपाचे अनुदान आहे.

४) स्त्रियांच्या नित्य नियमित असणाऱ्या सामाजिक बाबतीत शासन खाजगीकरणाचे कोलीत पुढे करून जबाबदाऱ्यातून मुक्त होत आहे. अशा सामाजिक सुविधांबाबत बचत गटांना सामावून पूर्तता करण्याचे धोरण गटामार्फत आखावे.

५) बचतगट चळवळ ही लोकशाही संघटन, पारदर्शक, सामूहिकवाद स्वावलंबन, सामाजिक, सांस्कृतिक मूल्ये जपणारी आहे. परंतु जागतिकीकरणाच्या विळख्यात मूल्यांवर घाला घातला जात आहे.

६) स्वयंसहाय्यता गटात आर्थिक, राजकीय सोयी म्हणून मेळाव्यांना उपस्थितीसाठी पैसा, गाड्या, जेवणावळ, अशी प्रलोभने देऊन गटभावना नष्ट करतात, कर्जफेड भावना नष्ट करतात. अशा कार्यकर्त्यांनी फक्त प्रबोधनाचे काम करावे.

७) बचतगटामध्ये फार मोठे मार्केटिंग नेटवर्किंग आहे, परंतु स्त्री संबंधीत बाजारपेठाचा फायदा, अशिक्षितपणा, कुटुंबाचा दबाव, यामुळे तो उचलता येत नाही.

८) गटामध्ये फार मोठा पैसा जमा होत आहे. अशा पैसा हाताळण्यासाठी संघटन कौशल्य, वक्तृत्व कौशल्य, सभेचे संकेत याबाबत फार मोठी आव्हाने आहेत या करिता व्यवस्थापक प्रशिक्षण धोरण आखणे काळाची गरज आहे.

९) गटबांधणी, मजबूतीकरण, सक्षमीकरण याबाबत स्वयंसेवी संस्थांचे कार्य कौतुकास्पद आहे. परंतु स्वयंसेवी संस्थांच्या सहयोगिनी कमी मानधनावर काम करतात. गटांची संख्या, प्रादेशिक असंतुलन, यामुळे गुणात्मक काम होत नाही याकरिता मानधन, प्रवासखर्च, गटसंख्या व अंतरानुसार देण्याचे धोरण अवलंबावे.

१०) गटाच्या अंतर्विरोधापासून जागतिक पातळीवर आव्हाने निर्माण होत आहेत. संशोधकांच्या मते बचतगटाचा जागतिकीकरणाचे एक शस्त्र म्हणून वापर होत आहे. कारण बहुराष्ट्रीय कंपन्या जास्त व्याजदरात गुंतवणूक करण्यास तयार आहेत. मग टाटा, बिर्ला, अंबानी या कंपन्या या व्यवसायात का उतरत नाहीत.

११) गटांच्या चळवळीला बाजारू स्वरूपापासून दूर ठेवायचे असेल तर चळवळीची फेरमांडणी, तपासणी, व्यवहार नोंदी, इ. बाबत धोरणे आखून अंमलबजावणी करावी.

१२) गटबांधणी संख्यात्मक व अनुदान हव्यास होत आहे. गुणात्मक वाढीकडे लक्ष देणे हितावह ठरते.

१३) काही गटांमध्ये आर्थिक संस्थेच्या प्रमुखाचा ताबा दिसतो. हा प्रमुख गटाचे व्यवहार, कागदपत्र लिहिणे, मांडणी, ताळेबंद अशी सर्व कामे करतो. अशा समयी महिला सबलीकरणाबाबत आव्हाने निर्माण होतात. गटाचा आत्मा नष्ट होतो. अशी अपप्रवृत्ती थांबविण्यासाठी सहयोगिनीमार्फत सर्वंकष प्रबोधन आवश्यक आहे.

१४) महिलांच्या अशिक्षितपणाचा, अज्ञानाचा, अबोल अशा गुणांचा फायदा स्वयंसेवी संस्था, सहयोगिनी, बँका, पंचायत समिती, विमा अभिकर्ते यांना होत आहे व त्या लाचखोरपणा करीत आहे. ही अपप्रवृत्ती चळवळीस आव्हाने देत आहे.

१५) बचत गटातील व्याजदराचे आव्हान गटांना आहे. गटाचे मासिक व्याजदर रुपये २ ते ३% व वार्षिक २४ ते ३६% आहे. या व्याजातून प्रदर्शन, हारतुरे, छोटे – मोठे संघनिधी याकरिता खर्च होतो. म्हणून व्याजदर सहभागीदार वाढतात. त्याबाबत एक सामाईक व्याजदर धोरण ठरवावे.

१६) राष्ट्रीयीकृत बँकांना कार्यक्षेत्र ठरवून दिलेले असते. त्या कार्यक्षेत्रातील बँकेत गटाचे खाते असावे. परंतु कार्यक्षेत्रात, एकापेक्षा जास्त बँक शाखांमुळे काही महिला दोन्ही गटात सदस्य होऊन दोन्ही बँकेतून स्वत:स फायदा प्राप्त करतात. काही महिला दारिद्र्यरेषेतील गटात राहतात. म्हणून कार्यक्षेत्रात एकच बँक असणे गरजेचे आहे.

सर्व आव्हाने या स्पर्धेच्या युगात गटापुढे दिसून येतात. त्यांचे स्वायत्तता, स्वावलंबन टिकविणे, याकरिता समग्र धोरणांची अंमलबजावणी करणे गरजेचे आहे.

वरील आव्हानांना समर्थपणे तोंड देण्यासाठी व गट मजबूतीकरणासाठी शासकीय पातळीवर महिला बचतगट सक्षमीकरणासाठी व स्वयंरोजगार निर्माणासाठी शासकीय पातळीवर निर्णय घेतलेले आहेत. त्यांची अंमलबजावणी होत आहे. असे निर्णय पुढीलप्रमाणे.

१) महिला बचतगटांनी उत्पादित केलेल्या वस्तूंना बाजारपेठ उपलब्ध व्हावी म्हणून ' सावित्री बाजार' जिल्ह्याच्या ठिकाणी सुरू केले आहे.

२) पुणे जिल्ह्यातील महिला बचतगटांनी उत्पादित केलेल्या वस्तूंना पुणे मुंबई द्रुतगती मार्गावर रस्ते विकास महामंडळातर्फे मॉल बांधणीमध्ये तीन गाळे गटांसाठी दिले आहेत.

३) स्वयंसहाय्यता गटाद्वारे अन्नधान्य, केरोसीन वितरण सुरू करण्याचे निर्णय घेऊन अंमलबजावणी केली आहे.

४) स्वस्त धान्य दुकाने महिला बचतगटांना चालविण्यासाठी सार्वजनिक इमारतीमध्ये जागा उपलब्ध करून देण्याचे आदेश ग्रामपंचायत यांना दिले आहेत.

५) सार्वजनिक वितरणव्यवस्था महिला बचतगटाद्वारे चालविण्यासाठी नाबार्डशी कर्ज धोरणाबाबत चर्चा करून निर्णय घेण्यात आला आहे.

६) महिला विकास करण्यासाठी महिला आर्थिक विकास महामंडळामार्फत 'स्वयंसिध्दा' प्रकल्प राबविण्यात येत आहे.

७) महाराष्ट्र शासनाने हिंदुस्थान लिव्हर लि. या उद्योगाकडून उत्पादन उपलब्ध करून दिले आहे. ती गटांनी विकून कमिशनद्वारे उत्पन्नात वाढ होईल. एकूण प्रोजेक्ट शक्ती महाराष्ट्रात सुरू केली आहे.

८) महिला संरक्षणासाठी शासनाने भारतीय आयुर्विमा महामंडळ व न्यू इंडिया एन्श्युरन्स कंपनी मार्फत विमा योजना कार्यान्वित केली आहे.

९) शालेय पोषण आहार योजनेअंतर्गत खिचडी शिजविण्याचे काम महिला बचतगटांना देण्यात आले आहे.

१०) महिला बचतगट सक्षम करण्यासाठी रु. १०४ कोटी, सहाय्य जर्मन संस्था आणि राज्यशासनातर्फे दिले जाणार आहे. सन २००६ ते २००८ या कालावधीत ही रक्कम दिली जाणार आहे.

११) महिला आर्थिक विकास महामंडळातर्फे 'रमाई' प्रकल्प राबविले जातात.

१२) शौचालय बांधणीसाठी अतिशय कमी व्याजदरात महिला गटांना कर्जपुरवठा धोरणाची अंमलबजावणी सुरू आहे.

१३) 'माविम घर' या संकल्पनेद्वारे बचतगटांचा महासंघ उभारत आहे.

१४) कामधेनू योजना राबवून महिलांचे आर्थिक स्वावलंबन करण्यासाठी तसेच उत्पादन व व्यापार क्षेत्रात काम मिळावे म्हणून महिला गटांना निविदा न भरता ५०% कंत्राटी कामे देण्याचे धोरण राबविले जात आहेत.

१५) सरकारी, निमसरकारी कार्यालयाच्या आवारात जागा उपलब्ध करून दिल्या जातात. त्या ठिकाणी उपाहारगृह महिला गटांना दिले जातात.

१६) दारिद्र्यरेषेतील महिलांना विद्यावेतन देऊन प्रशिक्षण देण्याची सुविधा ग्रामीण विकास यंत्रणा व नोराड यांनी केली आहे.

१७) महिला बचतगटांना सहकारी तत्त्वावर दूध डेअरी व्यवसाय करण्यासाठी प्राधान्याने परवानगी देण्याचे धोरण आहे.

१८) तालुका पातळीवरील महिला दक्षता समितीमध्ये बचत गटातील महिलांना प्राधान्य आहे.

१९) गावपातळीवर छोटी-छोटी कामे गटांना देण्याचा निर्णय घेतला आहे.

२०) शिक्षण क्षेत्रातील वसतिगृहातील खानावळ चालविण्यास देण्याचा निर्णय घेतला आहे.

२१) महिला बचतगटासाठी वित्तसाहय करण्याऱ्या संस्थांनी व्याजदरात कपात केली आहे. सर्वसाधारणपणे ८ ते १०% व्याजदर आकारणी केली जाते.

२२) प्रत्येक वर्षाच्या अंदाजपत्रकात गटाविषयी तरतुदी करण्यास सुरुवात झाली आहे.

२३) शैक्षणिक क्षेत्रात महिला सबलीकरणासाठी स्वयंसहाय्यता गटाबाबत अभ्यासक्रम सुरू करण्यात येत आहे.

२४) बचतगट चळवळीच्या मजबुतीकरणासाठी जिल्हा, राज्य, केंद्रपातळीवर उत्कृष्ट गट, स्वयंसेवी संस्था, बँका, प्रेरक, इ. साठी प्रोत्साहनात्मक पारितोषिक ठेवण्यात आले आहेत.

२५) प्रत्येक जिल्ह्यामध्ये ग्राहकसंरक्षण मंच स्थापन करून त्यामध्ये गटातील महिलांना सदस्य करून घेतले जात आहे.

२६) पंचायतराज मजबूत करण्यासाठी व ग्रामविकासात गटाचे योगदान यासाठी महिला ग्रामसभा घेण्याचे सक्तीचे धोरण राबविले आहे.

२७) भारतामध्ये सार्वजनिक पडीक जमीनीचे प्रमाण जास्त आहे. अशी पडीक जमीन महिला गटांना प्राधान्याने देण्यात येत आहेत. त्यामुळे सार्वजनिक पडीक जमीनीचे उत्पादक घटकात रूपांतर होऊन पाणलोट क्षेत्रात महिला सहभाग वाढत आहे.

२८) महाराष्ट्रात दारूबंदी करण्यासाठी गावातील एकूण महिलापैकी ५०% महिलांनी मागणी केल्यास तात्काळ दारूबंदीचा निर्णय घेतला जात आहे.

२९) ग्रामपातळीवरील घरपट्टी, पाणीपट्टी, स्वच्छताकर अशी वसुलीची कामे कमिशन पद्धतीवर गटांना दिल्यास ग्रामपंचायतीची १००% वसुली होईल. महिला गटांना उत्पन्न प्राप्त होईल. तसेच महाराष्ट्र शासनाने घरगुती वीजमीटर रीडिंग, वीज बील वितरण व वीज बिलवसुली इ. कामे महिला गटांना कमिशन स्वरूपात दिल्यास महिलांना रोजगार प्राप्त होईल.

शिवाय प्रामाणिकपणे काम होईल. तसेच वीजचोरीचे प्रमाण कमी होईल.

३०) विविध गटांमधील उद्योग करू इच्छिणाऱ्या महिलांचा स्वतंत्र उद्योग, सहकारी सोसायटी स्थापन करून त्यांना सामूहिक सेवा व विक्री इ. सुविधा अनुदानावर देण्यास हरकत नाही.

□

६
महिला सबलीकरणासाठी विविध शासकीय योजना

प्रस्तावना : स्वातंत्र्योत्तर काळात महिलांच्या सर्वांगीण विकासासाठी केंद्रीय पातळीवर व राज्यपातळीवर योजनांची आखणी व अंमलबजावणी करण्यात येत आहे. महिला विकासासाठी केंद्रसरकारने स्वतंत्र योजना जाहीर केल्या आहेत, तर राज्यसरकारनेही अशा योजना जाहीर करून अंमलबजावणी केली आहे. या प्रस्तुत प्रकरणात महिला सबलीकरणासाठी आखण्यात आलेल्या योजनांची माहिती महिला, बिगर शासकीय संस्था, बँका, महिला सबलीकरणासाठी कार्य करणारे शासनाचे विभाग व बचत गट यांना मिळावी हा उद्देश आहे. महिला विकासासाठीच्या योजना संक्षिप्तपणे खाली दिलेल्या आहेत.

६:१ केंद्रपुरस्कृत योजना :

६.१.१ अल्पमुदत निवासगृहे

१) **अंमलबजावणी :** महाराष्ट्र राज्य समाज कल्याण सल्लागार बोर्ड महिला व बाल विकास

२) **उद्देश :**

१) सामाजिक व नैतिक संकटात सापडलेल्या स्त्रियांना आधार.

२) स्त्रियांच्या अल्प वास्तव्यासाठी अल्पमुदती निवासीगृहे चालविणे, यासाठी स्वयंसेवी संस्थांना अनुदान

३) **अर्थसहाय्य :** रु. ५०,०००/- अनावर्ती रु. ४,०२,३५०/- एवढे अनुदान ३० महिलांकरिता केंद्र शासनामार्फत मंजूर करण्यात येते.

४) **संपर्क :** सचिव, महाराष्ट्र राज्य, समाज कल्याण सल्लागार बोर्ड मुंबई.

आयुक्त, महिला व बाल विकास, महाराष्ट्र, राज्य, पुणे जिल्हा महिला व बाल विकास अधिकारी (सर्व जिल्हे)

६.१.२ नोकरी करणाऱ्या महिलांसाठी वसतीगृहे :

१) **अंमलबजावणी :** समाजकल्याण सल्लागार बोर्ड महिला व बाल विकास

२) **उद्देश :** नोकरी करणाऱ्या महिलांसाठी दिवसभर मुले सांभाळण्याच्या केंद्रासह वसतीगृह

३) **अर्थसहाय्य :** वसतीगृह इमारत बांधकामाच्या खर्चाच्या ७५% खर्च व जमीन खरेदीच्या ५०% रक्कम अनुदान म्हणून मंजूर केले जाते.

४) **संपर्क :** सचिव, महाराष्ट्र राज्य समाज कल्याण सल्लगार बोर्ड, मुंबई.

आयुक्त, महिला व बाल विकास, महाराष्ट्र राज्य पुणे
जिल्हा महिला व बाल विकास अधिकारी (सर्व जिल्हे)

६.१.३ स्टेप :

१) **अंमलबजावणी :** महिला व बालविकास आयुक्तालय

२) **उद्देश :** महिलांची उद्योजकता वाढावी, यासाठी अनुदान. शेती, लघुउद्योग, पशुसंवर्धन, दुग्धविकास, रेशीम उद्योग इ. क्षेत्रातील प्रकल्प हाती घेता येतात.

३) **अर्थसहाय्य :** प्रकल्पाच्या ९०% अनुदान केंद्रशासनाकडून मंजूर करण्यात येते व १०% खर्च संबंधित संस्थेला करावा लागतो.

४) **संपर्क :** आयुक्त, महिला व बालविकास आयुक्तालय, पुणे जिल्हा महिला व बालविकास अधिकारी (सर्व जिल्हे).

६.१.४ नोरॉड :

१) **अंमलबजावणी :** महिला व बालविकास, आयुक्तालय

२) **उद्देश :**

१) नागरी भागातील गलिच्छ वस्त्यांमध्ये रहाणाऱ्या व ग्रामीण भागातील अल्प उत्पन्न गटातील महिलांना प्रशिक्षण, रोजगार व उत्पादन केंद्र चालू करण्यासाठी अनुदान.

२) शासन अंगीकृत उपक्रम, स्वयंसेवी संस्था यांना प्रकल्प हाती घेता येतात.

३) अर्थसहाय्य : प्रति प्रशिक्षणार्थी किमान रु. ८,०००/- च्या मर्यादित अनुदान देण्यात येते.

४) संपर्क : आयुक्त, महिला बालविकास आयुक्तालय, पुणे जिल्हा महिला व बालविकास अधिकारी (सर्व जिल्हे)

६.१.५ राष्ट्रीय महिला कोष :

१) अंमलबजावणी : राष्ट्रीय महिला कोष

२) उद्देश :

१) ग्रामीण व शहरी भागातील गरीब महिलांना शासकीय संघटनांना किंवा स्वयंसेवी गटाच्या मार्फत पतकर्ज वितरण

२) ग्रामीण भागातील ज्या महिलांचे वार्षिक उत्पन्न रु. ११,०००/- व शहरी भागातील ज्या महिलांचे वार्षिक उत्पन्न रु. १८,०००/- पेक्षा जास्त नसेल अशा महिलांना मदत.

३) अर्थसहाय्य : एका महिलेला अल्पमुदतीसाठी रु. २,५००/- व मध्यम मुदतीसाठी रु. ५,०००/- पर्यंत कर्ज देण्यात येते.

४) संपर्क : कार्यकारी संचालक, राष्ट्रीय महिला कोष नवी दिल्ली.

६.१.६ स्वाधार :

१) अंमलबजावणी : महिला व बालविकास आयुक्तालय.

२) उद्देश :

१) आलेल्या निराधार, निराश्रीत महिलांना अन्न, वस्त्र, निवारा या मूलभूत सुविधांशिवाय, वैद्यकीय सुविधा, हेल्पलाइन, व्यवसाय प्रशिक्षण, मानसोपचार, समुपदेशन इ. सेवा पुरवणे. व त्यांचे पुनर्वसन करणे.

३) अर्थसहाय्य : स्वयंसेवी संस्थांना इमारत भाड्याची असल्यास पहिल्या वर्षी १००% व दुसऱ्या वर्षी ७५% या प्रमाणात अनुदान दिले जाते. किंवा बांधकामासाठी १०० स्त्रियांच्या निवासस्थाना करित रु. २५.०० लाख याप्रमाणे अनुदान दिले जाते.

४) संपर्क : आयुक्त, महिला व बालविकास आयुक्तालय, पुणे जिल्हा महिला व बालविकास अधिकारी (सर्व जिल्हे)

जिल्हा परिषदेच्या महिला व बालविकास समितीतर्फे राबविण्यात येणाऱ्या योजना

६.१.७ ग्रामीण भागातील अर्थिकदृष्ट्या कमकुवत असलेल्या स्त्रियांसाठी मोफत शिलाई मशीन पुरविणे.

१) **अंमलबजावणी :** महिला व बालविकास, जिल्हा परिषद

२) **उद्देश :** दारिद्र्य रेषेखालील कुटुंबातील महिलांना आधार.

३) **अर्थसहाय्य :** मोफत शिलाई मशीन देणे.

४) **संपर्क :** उपमुख्य कार्यकारी अधिकारी (महिला व बालविकास) जिल्हा परिषद (सर्व जिल्हे)

६.१.८ महिला मंडळातर्फे गावात वाचनालय व प्रौढ शिक्षण शिबिरे

१) **अंमलबजावणी :** जिल्हा परिषद

२) **उद्देश :**

१) महिलांमध्ये जनजागृती करणे.

२) गावात वाचनालये, प्रौढ शिक्षण शिबिरे, मेळावे घेणे.

३) **अर्थसहाय्य :** याचे खर्चाचे नियंत्रण जिल्हा परिषदेकडे असते.

४) **संपर्क :** उपमुख्य कार्यकारी अधिकारी (महिला व बालविकास) जिल्हा परिषद (सर्व)

६.१.९ ग्रामपातळीवरील बालकांच्या/महिलांच्या कलागुणांना प्रोत्साहनासाठी स्पर्धा आयोजित करणे.

१) **अंमलबजावणी :** जिल्हा परिषद

२) **उद्देश :** महिला व बालके यांच्या कलागुणांना वाव देणे.

३) **अर्थसहाय्य :** स्पर्धांवर किती खर्च करावा हे जिल्हा परिषद/ स्थानिक स्वराज्य संस्थांनी निर्णय घ्यावा.

४) **संपर्क :** उपमुख्य कार्यकारी अधिकारी (महिला व बालविकास) जिल्हा परिषद (सर्व)

६.१.१० महिला लोकप्रतिनिधींना पंचायत राज संस्थेबाबतचे प्रशिक्षण

१) **अंमलबजावणी :** जिल्हा परिषद

२) **उद्देश :** महिला लोकप्रतिनिधींना पंचायत राजविषयक माहिती.

३) **अर्थसहाय्य :** खर्चाचा निर्णय जिल्हा परिषदेने घ्यावा.

४) **संपर्क :** उपमुख्य कार्यकारी अधिकारी (महिला व बालविकास) जिल्हा परिषद (सर्व)

६.१.११ महिला प्रतिनिधींची अभ्यास सहल

१) **अंमलबजावणी :** जिल्हा परिषद

२) **उद्देश :** महिला प्रतिनिधींना इतर ठिकाणचा अभ्यास करता यावा.

३) **अर्थसहाय्य :** प्रतिवर्षी रु. १२,०००/- खर्च.

४) **संपर्क :** उपमुख्य, कार्यकारी अधिकारी (महिला व बालविकास). जिल्हा परिषद (सर्व)

६.१.१२ अपंग स्त्रियांना कृत्रिम अवयव बसविणे/त्यांचे पुनर्वसन करणे.

१) **अंमलबजावणी :** जिल्हा परिषद

२) **उद्देश :**

१) दारिद्र्यरेषेखालील कुटुंबातील अपंग स्त्रियांना कृत्रिम अवयव बसविणे.

२) त्यांचे पुनर्वसन करणे.

३) **अर्थसहाय्य :** किती खर्च करावा हे जिल्हा परिषदेने ठरवावे.

४) **संपर्क :** उपमुख्य कार्यकारी अधिकारी (महिला व बालविकास) जिल्हा परिषद (सर्व जिल्हे)

६.१.१३ गरजू महिलांना स्वयंरोजगारासाठी गाय, म्हैस, बकरी, कोंबडी इ. खरेदीसाठी मदत.

१) **अंमलबजावणी :** जिल्हा परिषद

२) **उद्देश :**

१) आर्थिकदृष्ट्या कमकुवत घटकातील महिलांना स्वतःच्या पायावर उभे राहण्यासाठी, स्वयं रोजगार मिळावा म्हणून. या योजनेचा लाभ सर्व महिलांना मिळावा.

३) **अर्थसहाय्य :** एकात्मिक ग्रामीण विकास कार्यक्रमासाठी जे निकष लावलेले आहेत तेच यासाठी लावून जिल्हा परिषदेने निर्णय घ्यायचा.

४) **संपर्क :** उपमुख्य कार्यकारी अधिकारी (महिला व बालविकास) जिल्हा परिषद (सर्व जिल्हे)

६.१.१४ गरीब मुलींच्या लग्नासाठी अर्थसहाय्य

१) **अंमलबजावणी :** जिल्हा परिषद.

२) **उद्देश :**

१) आर्थिकदृष्ट्या कमकुवत घटकातील मुलींना लग्नासाठी मदत.

३) **अर्थसहाय्य :** प्रत्येकी रु. २,०००/- पर्यंत सहाय्य. खर्चाचा निर्णय जिल्हा परिषदेने घ्यावा.

४) **संपर्क :** उपमुख्य कार्यकारी अधिकारी (महिला व बालविकास) जिल्हा परिषद (सर्व जिल्हे)

६.१.१५ महिला मंडळ / स्वयंसेवी संस्थांना उद्योगधंद्यातील प्रशिक्षणासाठी अनुदान

१) **अंमलबजावणी :** जिल्हा परिषद.

२) **उद्देश :**

१) महिला मंडळ व नोंदणीकृत स्वयंसेवी संस्थांना ग्रामीण उद्योग- धंद्यातील प्रशिक्षण मिळावे.

३) **अर्थसहाय्य :** आर्थिक निर्णय जिल्हा परिषदेने घ्यावे.

४) **संपर्क :** उपमुख्य कार्यकारी अधिकारी (महिला व बालविकास) जिल्हा परिषद (सर्व जिल्हे).

६.१.१६ आर्थिकदृष्ट्या गरीब स्त्रियांना संसारोपयोगी साहित्य पुरविणे.

१) **अंमलबजावणी :** जिल्हा परिषद.

२) **उद्देश :**

१) आर्थिकदृष्ट्या कमकुवत घटकातील स्त्रियांना मदत करणे.

३) **अर्थसहाय्य :** रु. २,०००/- पर्यंतची भांडी अथवा संसार उपयोगी साहित्य स्वरूपात.

४) **संपर्क :** उपमुख्य कार्यकारी अधिकारी (महिला व बालविकास) जिल्हा परिषद (सर्व जिल्हे).

६.१.१७ विधवा, परित्यक्ता, आर्थिकदृष्ट्या दुर्बल स्त्रियांना शेती अवजारे खरेदीसाठी अर्थसहाय्य.

१) **अंमलबजावणी :** जिल्हा परिषद.

२) **उद्देश :**

१) विधवा, परित्यक्ता व आर्थिकदृष्ट्या दुर्बल घटकातील स्त्रियांना मदत.

३) **अर्थसहाय्य :** रोख स्वरूपात न देता वस्तूरूपात मिळते.

४) **संपर्क :** उपमुख्य कार्यकारी अधिकारी (महिला व बालविकास) जिल्हा परिषद (सर्व जिल्हे).

६.१.१८ निराश्रित महिलांना घरकुलासाठी मदत.

१) **अंमलबजावणी :** जिल्हा परिषद.

२) **उद्देश :**

१) आधारहीन असहाय्य महिलांना आधार देणे.

३) **अर्थसहाय्य :** रु. ६,०००/- पर्यंत आर्थिक मदत.

४) **संपर्क :** उपमुख्य कार्यकारी अधिकारी (महिला व बालविकास) जिल्हा परिषद (सर्व जिल्हे).

६.१.१९ महिला सक्षमीकरण योजना

१) **अंमलबजावणी :** महिला आर्थिक विकास महामंडळ.

२) **उद्देश :**

१) आर्थिक विकासाबरोबर त्यांचा सामाजिक विकास घडवणे.

२) त्यांना हक्क व जबाबदाऱ्यांची जाणीव करून देणे.

३) नियोजन व निर्णय प्रक्रियेत सहभागी करून घेणे.

४) महिलांना समान दर्जा मिळवून देण्यासाठी स्त्री–पुरुष भेदभाव नष्ट करणे.

५) महिलांना स्थानिक स्वराज्य संस्थेत स्थान मिळवून देणे.

६) आर्थिकदृष्ट्या कमकुवत स्त्रियांचा विकास करणे.

३) **अर्थसहाय्य :** स्वयंसहायता बचत गटावर आधारित योजना करणे.

४) **संपर्क :** जिल्हा समन्वयक, महिला आर्थिक विकास महामंडळ (सर्व जिल्हे).

६.१.२० स्वयंसिद्धा

१) **अंमलबजावणी :** महिला आर्थिक विकास महामंडळ.

२) **उद्देश :**

१) स्वयंसहायता गट स्थापन करून प्रशिक्षण देणे.

३) **अर्थसहाय्य :** गट निर्मिती व प्रशिक्षणाचा खर्च.

४) **संपर्क :** व्यवस्थापकीय संचालक, महिला आर्थिक विकास महामंडळ, मुंबई जिल्हा कार्यक्रम समन्वयक, माविम (सर्व जिल्हे)

६.१.२१ शिधावाटप / रास्तभाव दुकानांचे वाटप

१) **अंमलबजावणी :** अन्न व नागरी पुरवठा.

२) **उद्देश :**

१) महिलांचे आर्थिक सबलीकरण

२) महिलांना व्यवसाय करण्यासाठी प्रोत्साहन.

३) **अर्थसहाय्य :** दुकानांचे ३०% परवाने शासनाकडून मिळणार.

४) **संपर्क :** अन्न व नागरी पुरवठा विभाग, मंत्रालय, मुंबई जिल्हा पुरवठा अधिकारी, जिल्हाधिकारी कार्यालय (सर्व जिल्हे)

६.१.२२ आरे सरीता केंद्र

१) **अंमलबजावणी :** दुग्ध व्यवसाय विकास विभाग.

२) **उद्देश :**

१) महिलांचे आर्थिक सबलीकरण.

२) महिलांना व्यवसाय करण्यासाठी प्रोत्साहन.

३) **अर्थसहाय्य :** केंद्र वाटपात ३०% आरक्षण महिलांना दिले जाते.

४) **संपर्क :** आयुक्त, दुग्ध विकास, मुंबई

६.१.२३ बीज-भांडवल योजना

१) **अंमलबजावणी :** उद्योग विभाग

२) **उद्देश :**

१) उद्योग व्यवसायासाठी आर्थिकदृष्ट्या कमकुवत वर्ग व अनुसूचित जाती यांच्यासाठी अर्थसहाय्य.

२) किमान ७ वी इयत्ता उत्तीर्ण झालेल्या १८ ते ५० या वयोगटातील पुरुष किंवा महिला यांना अर्थसहाय्य मिळते.

३) **अर्थसहाय्य :**

१) प्रकल्प खर्च १ ते १० लाख रुपयांपर्यंत असेल तर प्रकल्प खर्चाच्या १५% रक्कम बीज भांडवल सहाय्य म्हणून दिले जाते.

२) प्रकल्प खर्च १ लाख रुपयांच्या आत असेल तर प्रकल्प खर्चाच्या २०% आर्थिकदृष्ट्या कमकुवत वर्ग व अनुसूचित जाती यांच्यासाठी २२.५० टक्के अर्थसहाय्य दिले जाते.

३) हे अर्थसहाय्य कर्ज स्वरूपात असून प्रतिवर्ष व्याज दर १०% आहे.

४) कर्जफेड कर्ज दिल्यानंतर तीन वर्षापासून ७ वर्षापर्यंतच्या वार्षिक ४ हप्त्यात करावयाची आहे.

४) **संपर्क :** जिल्हा उद्योग केंद्र (सर्व जिल्हे)

महिला व बाल विकास विभाग, महाराष्ट्र शासनाच्या योजना
६.१.२४ निराश्रित महिलांसाठी शासकीय राज्यगृहे

महिला स्वत: जाऊन संस्थेच्या अधिक्षकांकडे अर्ज करून स्वत: प्रवेश घेऊ शकतात. किंवा सामाजिक कार्यकर्ते, स्वयंसेवी संस्था किंवा पोलिसांमार्फत संस्थेत दाखला करता येतो.

१) **अंमलबजावणी :** महिला व बाल विकास

२) **उद्देश :**

१) १८ ते ४० वयोगटातील निराश्रित, परित्यक्ता, कुमारीमाता, बलात्कारित अथवा संकटग्रस्त महिलांना आश्रय देणे.

२) त्यांचे पुनर्वसन करणे.

३) अशा महिलांना अन्न, वस्त्र, निवारा, वैद्यकीय सेवा, व्यावसायिक प्रशिक्षण, कायदेविषयक सल्ला, मदत करणे.

३) **अर्थसहाय्य :** वरील सहाय्याशिवाय लाभधारक महिलेसोबत लहान मूल किंवा मुले असल्यास त्यांना संस्थेत प्रवेश देऊन सदर महिला ३० दिवसांपेक्षा जास्त काळ तेथे राहिल्यास तिला माहेर योजनेअंतर्गत

३५० रुपये रोख अनुदान दिले जाते. पहिल्या मुलासाठी १५० रुपये व दुसऱ्या मुलासाठी १०० रुपये अनुदान दिले जाते.

४) **संपर्क :** आयुक्त, महिला व बालविकास, महाराष्ट्र राज्य, पुणे जिल्हा महिला व बालविकास अधिकारी (सर्व जिल्हे)

६.१.२५ महिला मंडळाच्या महिला प्रशिक्षण केंद्रास अनुदान

१) **अंमलबजावणी :** महिला व बालविकास, महाराष्ट्र राज्य

२) **उद्देश :**

१) ग्रामीण महिलांना व्यावसायिक प्रशिक्षण घेता यावे.

२) कुटुंबाच्या अडचणीच्या काळात उदरनिर्वाहाची सोय व्हावी.

३) विधवा, परित्यक्त्यांना स्वतःच्या पायावर उभे राहता यावे.

४) महिलांना वेगळ्या प्रकारचे प्रशिक्षण, संगणक, रेडिओ/टीव्ही दुरुस्ती, विजेच्या उपकरणाची दुरुस्ती, टंकलेखन, लघुलेखन, भरतकाम, रेशीम उद्योग, खेळणी तयार करणे, कृषी व्यवसाय मिळावे.

३) **अर्थसहाय्य :** प्रशिक्षण केंद्रासाठी –

अनावर्ती खर्च १) यंत्रसामग्रीकरिता	२४,०००
२) कार्यालयीन साहित्यासाठी	४,५००
एकूण	२८,५००

आवर्ती खर्च (सहा महिन्याच्या एका सत्राकरिता)

१) विद्यावेतन ७५ रुपये दरमहा प्रत्येकी (३० प्रशिक्षणार्थी सहा महिन्याकरिता)	१३,५००
२) लिपिकाचा पगार रु. ६५० द.म. (६५० रु. X ६ महिने)	३,९००
३) आकस्मिक खर्च	७००
४) इमारत भाडे १५० रु. (१५० रु. X ६ महिने)	९००
५) कच्चा माल	
	२,५००
एकूण	२१,५००

४) **संपर्क :** आयुक्त, महिला व बालविकास, महाराष्ट्र राज्य, पुणे जिल्हा महिला व बालविकास अधिकारी (सर्व जिल्हे)

६.१.२६ व्यावसायिक प्रशिक्षण घेणाऱ्या मुलींना विद्यावेतन

१) **अंमलबजावणी :** महिला व बालविकास

२) **उद्देश :**

१) आर्थिकदृष्ट्या मागासवर्गीय कुटुंबातील मुलींना संगणक, नर्सिंग, पंचिंग, टेलिफोन ऑपरेटर, आय.टी.आय. मधील सर्व व्यवसाय यात प्रशिक्षण घेणाऱ्यांना आर्थिक मदत.

२) मुलींना व्यावसायिक प्रशिक्षण घेण्यासाठी प्रोत्साहन देणे.

३) मुलींना स्वयंरोजगार सुरू करण्यासाठी प्रवृत्त करणे.

३) **अर्थसहाय्य :** शासनाची मान्यता असलेल्या संस्थांमध्ये मान्यताप्राप्त व्यवसाय अभ्यासक्रमाचे प्रशिक्षण घेणाऱ्या प्रशिक्षणार्थीस दरमहा (रु. १००) शंभर रुपये इतके विद्यावेतन दिले जाते.

४) **संपर्क :** आयुक्त, महिला व बालविकास, महाराष्ट्र राज्य पुणे जिल्हा महिला व बालविकास अधिकारी (सर्व जिल्हे).

६.१.२७ देवदासी पुनर्वसन योजना

१) **अंमलबजावणी :** महिला व बालविकास

२) **उद्देश :**

१) देवदासीच्या किंवा तिच्या मुलीच्या विवाहासाठी मदत.

२) प्रथम विवाह करणाऱ्या १८ वर्षाच्या वधूला व २१ वर्षाच्या वराला आर्थिक मदत.

३) **अर्थसहाय्य :** रु. १०,०००/- मदत पैकी रु. २,०००/- विवाह सोहळ्यासाठी व रुपये ८,०००/- दोघांच्या नावे बँकेत जमा. अर्थसहाय्य मिळण्यासाठी खालील दाखले आवश्यक –

१) देवदासी असल्याचा दाखला

२) जन्मतारखेचा दाखला

३) महाराष्ट्रातील वास्तव्याचा दाखला

४) विवाह नोंदणीचा दाखला

५) उत्पन्नाचा दाखला

४) **संपर्क :** आयुक्त, महिला व बालविकास, महाराष्ट्र राज्य पुणे जिल्हा महिला व बालविकास अधिकारी (सर्व जिल्हे).

६.१.२८ देवदासी निर्वाह अनुदान

१) **अंमलबजावणी :** महिला व बालविकास

२) **उद्देश :**

१) चाळीस वर्षावरील देवदासींना (महिला) निर्वाहासाठी मदत.

३) **अर्थसहाय्य :** दरमहा रुपये ३००/- त्यासाठी देवदासीचे प्रमाणपत्र, वयाचा दाखला, उत्पन्नाचा दाखला.

४) **संपर्क :** आयुक्त, महिला व बालविकास, महाराष्ट्र राज्य पुणे जिल्हा महिला व बालविकास अधिकारी (सर्व जिल्हे).

६.१.२९ सावित्रीबाई फुले बहुउद्देशिय महिला केंद्रे

१) **अंमलबजावणी :** महिला व बालविकास विभाग

२) **उद्देश :**

१) महिलांना कायदेविषयक सल्ला उपलब्ध करून देणे.

२) व्यवसाय किंवा नोकरीनिवडीबाबत सल्ला देणे.

३) आपद्ग्रस्त महिलांना तात्पुरता आश्रय देणे.

४) व्यावसायिक प्रशिक्षण सल्ला देणे.

५) महिलांना वाचनालयाची सुविधा उपलब्ध करून देणे.

६) व्यवसाय प्रशिक्षण केंद्र चालविणे.

७) पाळणाघर चालविणे.

८) प्रौढ साक्षरता वर्ग चालविणे.

३) **अर्थसहाय्य :** रु. १,३७,६०० इतके वार्षिक आवर्ती अनुदान व रु. २,७४,५०० इतके अनावर्ती अनुदान प्रत्यक्ष खर्चाच्या अधिन राहून अनुज्ञेय राहील.

४) **संपर्क :** आयुक्त, महिला व बालविकास महाराष्ट्र शासन, पुणे. जिल्हा महिला व बालविकास अधिकारी (सर्व जिल्हे)

६.१.३० कामधेनू योजना

१) **अंमलबजावणी :** महिला व बालविकास

२) **उद्देश :** १) गरजू महिलांना घरीच बसून रोजगार मिळावा.

२) शासकीय व निमशासकीय क्षेत्रातील ५०% काम नोंदणीकृत महिला संस्थांना काम देणे.

३) **अर्थसहाय्य :** *निविदा भरून काम देण्यात येते. त्यासाठी संस्था*

१) संस्था नोंदणी अधिनियम, १८६० खाली नोंदणी झालेल्या महिला संस्था.

२) सार्वजनिक विश्वस्त कायदा, १९५० खाली नोंदणी झालेल्या महिला संस्था.

३) कंपनी अधिनियम, १९५० खाली नोंदणी झालेल्या महिला संस्था.

४) महाराष्ट्र सहकारी संस्था अधिनियम, १९६० खाली नोंदणी झालेल्या महिला संस्था.

यात पचांयत समित्या, जिल्हा परिषदा, नगरपालिका, महानगरपालिका, शासकीय कार्यालये, राज्यशासनाच्या सर्व शासकीय संस्था, शासकीय रुग्णालये व शाळा, महाविद्यालये, व्यावसायिक महाविद्यालयाची शासकीय तंत्रनिकेतने, निमशासकीय संस्था, राज्यशासनाचे सार्वजनिक उपक्रम (महामंडळे) इत्यादींना लागणारे गणवेष, चादरी, उशांचे अभ्रे, रोग्यांचे कपडे, डस्टर, झाडू, खाद्यपदार्थ, मसाले, लोणची, पापड इत्यादींच्या पुरवठ्याचे ५०% पर्यंतचे काम नोंदणीकृत महिला संस्थांना द्यावे. वरील बाबींपैकी भांडार खरेदी धोरणानुसार गणवेष ही बाब लघुउद्योग क्षेत्राखाली राखीव आहे. चादरही बाब महाराष्ट्र राज्य हातमाग महामंडळ, महाराष्ट्र राज्य हॅण्डलूम को-ऑप फेडरेशन (महाटेक्स) आणि कारागृह यांच्याकडून खरेदीसाठी राखीव आहे. फिनेल, डस्टर, झाडू व साबण या बाबी महाराष्ट्र खादी व ग्रामोद्योग मंडळ यांच्यासाठी आरक्षित आहेत.

४) **संपर्क :** आयुक्त, महिला व बालविकास, महाराष्ट्र राज्य पुणे, जिल्हा महिला व बालविकास अधिकारी (सर्व जिल्हे).

६.१.३१ मातृत्व अनुदान योजना (सार्वजनिक आरोग्य विभाग)

१) **अंमलबजावणी :** जिल्हा आरोग्य अधिकारी

२) **उद्देश :**

१) आदिवासी महिलांना प्रसूतीपूर्व नोंदणी करणे.

२) नियमित तपासणी करणे.

३) **अर्थसहाय्य :** ठाणे, नाशिक, नंदूरबार, अमरावती व गडचिरोली इ. येथील आदिवासी गर्भवती मातांना प्रसूतीपूर्व तीन महिने व

नोंदणी प्रसवोत्तर एक महिना असे १६ आठवड्यांकरिता बाळंपणासाठी प्रत्येकी ८०० रुपये प्रमाणे अनुदान देण्यात येते. सदर अनुदानापैकी ४०० रुपये रोख व ४०० रुपये औषध स्वरूपात खर्च करण्यात येतो. अनुदानाचे टप्पे –

गरोदरपणाच्या १६ व्या आठवड्यात
नजीकच्या प्राथमिक आरोग्यकेंद्रात नोंदणी केल्यास रु. २००

गरोदरपणाच्या सातव्या महिन्यात रु. २००

गरोदरपणाच्या नवव्या महिन्यात रु. २००

प्रसूती झाल्यानंतर रु. २००

४) **संपर्क :** जिल्हा आरोग्य अधिकारी, जिल्हा परिषद (१५ आदिवासी जिल्हे)

६.१.३२ राष्ट्रीय बायोगॅस विकास योजना
ग्रामविकास व जलसंधारण योजना

१) **अंमलबजावणी :** ग्रामविकास अधिकारी

२) **उद्देश :**

१) रॉकेल, पेट्रोल, कोळसा यासारख्या पारंपारिक उर्जा साधनांची बचत.

२) महिलांना इंधनासाठी कराव्या लागणाऱ्या पायपीट कमी करण्यासाठी.

३) **अर्थसहाय्य :** लाभार्थी व अनुदानाचे दर विविध आकाराच्या सर्व संयंत्रासाठी केंद्रशासनाने निर्धारित केलेले आहेत.

४) **संपर्क :** कृषि विकास अधिकारी, जिल्हा परिषद (सर्व जिल्हे).

६.१.३३ इंदिरा आवास योजना

१) **अंमलबजावणी :** जिल्हा ग्रामीण विकास यंत्रणा

२) **उद्देश :**

१) दारिद्र्य रेषेखालील कुटुंबाना नवीन घरकूल बांधण्याकरिता अनुदान.

२) महिला सबलीकरणासाठी घरकूल हे घरातील महिलेच्या नावाने किंवा महिला व तिच्या पतीच्या संयुक्त नावाने नोंद करून देण्यात येते.

३) **अर्थसहाय्य :** २५० चौ. फुटाची किंमत ३०,००० रुपये निश्चित करण्यात आली असून त्यापैकी २०,००० रुपये अनुदानातून ८,५०० रुपये राज्य शासनाकडून उपलब्ध निधीमधून देण्यात येतात तर रुपये १,५०० लाभार्थ्यांच्या मजुरीच्या रुपात असते.

४) **संपर्क :** प्रकल्प संचालक, जिल्हा ग्रामीण विकास यंत्रणा (सर्व जिल्हे). गट विकास अधिकारी, पंचायत समिती (सर्व जिल्हे) ग्रामस्तरावर (ग्रामसेवक)

६.१.३४ संपूर्ण ग्रामीण रोजगार योजना

१) **अंमलबजावणी :** जिल्हा ग्रामीण विकास यंत्रणा

२) **उद्देश :**

१) ग्रामीण भागातील दारिद्र्य रेषेखालील कुटुंबातील अकुशल व्यक्तींना गावातच अतिरिक्त रोजगार मिळवून देणे.

२) त्याद्वारे त्यांना अनुदान मिळण्याची शाश्वती देऊन पोषण विषयक दर्जा सुधारणे.

३) ग्रामीण भागात सामाजिक, आर्थिक विकासासाठी मूलभूत सुविधा उपलब्ध करून देणे.

३) **अर्थसहाय्य :** लाभार्थींना धान्य व रकमेच्या स्वरूपात मोबदला दिला जातो.

४) **संपर्क :** प्रकल्प संचालक, जिल्हा ग्रामीण विकास यंत्रणा (सर्व) गटविकास अधिकारी, पंचायत समिती (सर्व) ग्रामसेवक (ग्रामस्तरावर)

६.१.३५ शेळ्यांचे गट वाटप
पशुसंवर्धन योजना

१) **अंमलबजावणी :** जिल्हा परिषद

२) **उद्देश :**

१) अनुसूचित जाती / नवबौद्ध कुटुंबांना स्वयंरोजगार उपलब्ध करून देणे.

३) **अर्थसहाय्य :** प्रत्येक लाभार्थ्याला १० शेळ्या व १ बोकड याप्रमाणे मेंढ्यांचे / शेळ्यांचे वाटप करण्यात येते. यासाठी ७९,००० रुपये ते १,१२,००० रुपये इतका

खर्च अपेक्षित आहे. या एकूण खर्चापैकी ७५% रक्कम कर्जरूपाने २०% अनुदान व ५% स्वत: लाभार्थींना उभा करावयाचा आहे.

४) **संपर्क :** पशुधन विकास अधिकारी, पंचायत समिती जिल्हा पशुसंवर्धन अधिकारी, जिल्हा परिषद जिल्हा पशुसंवर्धन उपसंचालक.

६.१.३६ एकात्मिक बालविकास सेवा योजना

१) **अंमलबजावणी :** बालविकास प्रकल्प अधिकारी

२) **उद्देश** :

१) पूरक, पोषण आहार देऊन बालक व माता यांचे आरोग्याचा दर्जा सुधारणे.

३) **अर्थसहाय्य :** गर्भवती स्त्रिया व स्तनदा माता व बालके यांना महिन्यातील २५ दिवस याप्रमाणे ३०० दिवस प्रत्यक्ष पूरक पोषण आहार पुरविला जातो.

४) **संपर्क :** बालविकास प्रकल्प अधिकारी, शहरी प्रकल्प बालविकास प्रकल्प अधिकारी, आय. सी. डी. एस्. प्रकल्प (सर्व तालुका).

६.१.३७ नवसंजीवन योजना

१) **अंमलबजावणी :** बालविकास प्रकल्प अधिकारी

२) **उद्देश** :

१) पावसाळ्यात आदिवासींचा इतर भागाशी संपर्क तुटल्यामुळे योग्य प्रमाणात मिळत नाही व पोषण होत नाही हे टाळावे म्हणून.

३) **अर्थसहाय्य :** ६ महिने ते ६ वर्षे वयोगटातील बालके, गर्भवती स्त्रिया व स्तनदा माता यांना वाढीव पूरक आहार देणे.

४० आदिवासी प्रकल्पांपैकी १५ प्रतिसंवेदनशील प्रकल्पात नवसंजीवन योजनेअंतर्गत वाढीव पूरक, पोषक आहार योजना सुरू केली आहे.

४) **संपर्क :** बालविकास प्रकल्प अधिकारी, आय.सी.डी.एस. प्रकल्प (सर्व तालुके).

□

७
यशस्वी गटांचे मनोगत

प्रस्तावना : स्वर्णजयंती ग्रामस्वयंरोजगार योजना व महाराष्ट्र ग्रामीण पतपुरवठा कार्यक्रमांतर्गत पुणे जिल्ह्यातील इंदापूर व बारामती तालुक्यात स्थापन झालेल्या महिला स्वयंसहाय्यता बचत गटाच्या यशोगाथा प्रस्तुत प्रकरणात नमूद केलेल्या आहेत. इंदापूर व बारामती तालुक्यातील निवडक महिला बचत गटाच्या मुलाखती घेण्यात आल्या आहेत. या मुलाखती डिसेंबर २००५ मध्ये घेतलेल्या आहेत. गटातील एक संघटिका व एक सदस्य यांच्या मुलाखतीवरून यशस्वी बचत गट निश्चित करण्यात आले आहेत. यशस्वी गटाने दारिद्र्य निर्मूलन, स्वरोजगार निर्माण करून, उल्लेखनीय सामाजिक कार्य केले आहे अशा गटांच्या यशोगाथा तपशीलवार मांडल्या आहे.

१) अन्नपूर्णा महिला स्वयंसहाय्यता बचत गट, कांबळेश्वर, ता. बारामती

१) संघटिका : कलावती रवींद्र खलाटे

२) गटस्थापना : २६/५/२०००

३) मार्गदर्शक स्वयंसेवी संस्था : ग्रामीण महिला बालविकास मंडळ, पुणे.

४) बँकेचे नाव : युको बँक,सांगवी.

५) मिळालेली श्रेणी : अ +

६) एकूण सभासद संख्या : १०, दारिद्रयरेषेतील

७) बचत दरमहा : रु. ५० प्रमाणे, प्रत्येकी

८) एकूण बचत : रु. २६,००० मार्च २००५ अखेर,

९) अंतर्गत कर्जवाटप : रु. ३२,०००/-

१०) बँकेकडून घेतलेले कर्ज : रु. २,६०,०००/-

११) एकूण कर्जफेड : रु. २२,०००, नियमित हप्त्यानुसार

१२) मंजूर अनुदान : रु. १०,००० + रु. १,३०,००० = रु.१,४०,०००

१३) गट सभेची वेळ : संध्याकाळ, ठिकाण : समाजमंदिर

१४) गटाचा व्यवसाय : दुग्ध व्यवसाय

१५) व्यवसायातील दैनंदिन उलाढाल : सरासरी १५० ते २०० रू

१६) निव्वळ नफा : २५ ते ५० रु.

१७) दैनंदिन व्यवसायातून मिळालेला रोजगार : १० महिलांना शिवाय अंतर्गत कर्जाद्वारे शेळ्यापालन करतात.

१८) गटाचे सामाजिक कार्य : आरोग्यशिबीर, साक्षरता प्रसार, गटसक्षमीकरणाबाबत जनजागृती, वनराई बंधारा इ. कार्य केले आहे.

१९) महिला सदस्यांचे मनोगत : गटात येण्यापूर्वी अतिशय हलाखीची परिस्थिती होती, शेतमजुरी करावी लागत असे. सावकारी कर्जामुळे जमीन गमवावी लागली, पती व्यसनाधीन झाले. गटात आल्यानंतर शेळी, गाई घेतल्या दुग्धव्यवसाय सुरू झाल्यामुळे उत्पन्नात वाढ. कर्जफेड होत आहे. शिवाय गटामुळे संभाषण, धाडसीपणा, आत्मविश्वास वाढला आहे.

२) शारदा महिला स्वयंसहाय्यता बचत गट, कोऱ्हाळे खुर्द, ता. बारामती

१) संघटिका : अलका बाळासो खोमणे.

२) गट स्थापना : १९ डिसेंबर, १९९७

३) मार्गदर्शक स्वयंसेवी संस्था : ग्रामीण महिला बालविकास मंडळ

४) बँकेचे नाव : युको बँक, बारामती

५) मिळालेली श्रेणी : अ+

६) एकूण सभासद संख्या : १० दारिद्र्य रेषेतील

७) बचत दरमहा : रु. ५० प्रत्येकी

८) एकूण बचत : रु. ४४,५००/- रु. मार्च २००५ अखेर

९) अंतर्गत कर्जवाटप : रु. ७६,०००/-

१०) बँकेकडून घेतलेले कर्ज : रु. २,४०,०००/-

११) एकूण कर्जफेड : रु. ४८,०००/- नियमित हप्त्यानुसार
१२) मंजूर अनुदान : रु.१०,०००+रु.१,२०,००० = रु.१,३०,०००
१३) गट सभा वेळ : संध्याकाळ ठिकाण : अस्मिता भवन
१४) गटाचा व्यवसाय : सामूहिक शेळी, मेंढीपालन
१५) व्यवसायातील दैनंदिन उलाढाल : सरासरी रु. १०००/-
१६) दैनंदिन निव्वळ नफा : सरासरी रु. ४०० ते ५००
१७) व्यवसायातून मिळालेला रोजगार : १० महिलांना मिळालेला आहे. सध्या शेतमजूर म्हणून त्यांना कामाला जावे लागत नाही.
१८) गटाचे सामाजिक कार्य : आरोग्यशिबीर, दारूबंदी कार्यक्रम, कुटुंब कल्याण कार्यक्रमाचा प्रसार-प्रचार, वनराई बंधारा बांधला आहे. पुरूषांच्या मानसिकतेत बदल झाला आहे. दबाव गट निर्माण झाला.
१९) महिला सदस्याचे मनोगत : गटापूर्वी शेतमजुरी करून संसार कसाबसा चालवित असे. अतिशय हलाखीची परिस्थिती, सावकारी कर्ज काढावे लागत असे. गटात आल्यानंतर हक्काचे रु. ४० ते ५० उत्पन्न मिळू लागले. समाजात, कुटुंबात किंमत वाढली. नेतृत्व, आत्मसन्मान वाढला आहे.

३) नम्रता महिला स्वयंसहाय्यता बचत गट, सुपा, ता. बारामती

१) संघटिका : उज्ज्वला श्रीकृष्ण लोखंडे
२) स्थापना : एप्रिल २००२
३) मार्गदर्शक स्वंयसेवी संस्था : ग्रामीण महिला बालविकास मंडळ
४) बँकेचे नाव : पुणे जिल्हा मध्यवर्ती सहकारी बँक
५) मिळालेली श्रेणी : अ+
६) एकूण सभासद संख्या : १२, दारिद्र्य रेषेतील
७) बचत दरमहा : रु. ५०/-
८) एकूण बचत : रु. २१,६००/- मार्च २००५ अखेर
९) अंतर्गत कर्जवाटप : रु. ६१,०००/-
१०) बँकेकडून घेतलेले कर्ज : रु. ३,६०,०००/-
११) एकूण कर्ज फेड : रु. २४,०००/-
१२) मंजूर अनुदान : रु.१०,०००+ रु.१,८०,००० = रु. १,९०,०००
१३) गट सभा वेळ : संध्याकाळ ठिकाण : घर

१४) गटाचा व्यवसाय : सामूहिक रेशीम उद्योग

१५) व्यवसायातील दैनंदिन उलाढाल : सरासरी रु. २,०००/-

१६) दैनंदिन निव्वळ नफा : ६०० ते ७०० रु.

१७) व्यवसायाकडून मिळालेला रोजगार : १२ महिलांना मिळाला आहे, कोष आणून रेशीम तयार करतो, ही रेशीम कृषी विज्ञान केंद्र शारदानगर येथे विकतो.

१८) गटाचे सामाजिक कार्य : वनराई बंधारा बांधण्यात सहभागी, गटामार्फत स्वच्छतेचा प्रसार-प्रचार केला जातो. गटामार्फत राष्ट्रीय सण साजरा केला जातो. शैक्षणिक कार्यास मदत केली जाते.

१९) महिला सदस्याचे मनोगत : गटात येण्यापूर्वी अतिशय कष्टमय जीवन जगत होतो. कौटुंबिक संघर्ष सतत होत असे. आर्थिक टंचाई भासत होती. गटात आल्यानंतर आर्थिक परिस्थिती सुधारली आहे. गटामुळे धाडसीपणा, आत्मविश्वास, वक्तशीरपणा, निर्णयक्षमता असे गुण विकसित झाले. गटामुळे राजकारणाबाबत बोलू लागलो. गटामुळे ग्रामसभेस हजर राहत आहे. गावच्या कारभारात महिला सहभाग घेऊ लागल्या आहेत.

४) जिजाऊ महिला स्वयंसहाय्यता बचत गट, भोंडवेवाडी, ता. बारामती जि. पुणे.

१) संघटिका : शोभा विठ्ठल भोंडवे

२) गटस्थापना : १८ /६/२००१

३) मार्गदर्शक स्वंयसेवी संस्था : ग्रामीण महिला व बालविकास मंडळ

४) बँकेचे नाव : पुणे जिल्हा मध्यवर्ती सहकारी बँक, सूपा

५) मिळालेली श्रेणी : अ +

६) एकूण सभासद संख्या : १० द्रारिद्र्यरेषेतील

७) बचत दरमहा : रु. ५० = ००

८) एकूण बचत : रु. २३,०००= ०० मार्च २००५ अखेर

९) अंतर्गत कर्जवाटप : रु. ४३,००० = ००

१०) बँकेकडून घेतलेले कर्ज : रु.२,४०,०००= ००

११) एकूण कर्जफेड : रु. ४३,२०० = ००

१२) मंजूर अनुदान : रु.१०,००० +रु.१,४०,००० = रु.१,५०,०००

१३) गट सभा वेळ : संध्याकाळ, ठिकाण : अस्मिता भवन

१४) गटाचा व्यवसाय : दुग्धव्यवसाय : पिठाची गिरणी, झाडू तयार करणे + मिरची कांडप

१५) व्यवसायातील दैनंदिन उलाढाल : १५० ते २०० रु. सरासरी

१६) दैनंदिन निव्वळ नफा : रु. ५० ते ७५ सरासरी

१७) व्यवसायातून मिळालेला रोजगार : १० महिलांना मिळाला आहे. सध्या शेतमजूर म्हणून कामाला जावे लागत नाही.

१८) गटाचे सामाजिक कार्ये : गटामुळे गावातील दारूबंदी बरीच कमी झाली आहे. गटामुळे आरोग्य शिबीर, जनावरांचे शिबीर घेतले जाते. वनराई बंधारा बांधला आहे. साक्षरता प्रसार करून गटातील सर्व महिलांना साक्षर केले आहे. या गटास कर्नाटक, ओरिसा, उत्तरांचल बिहार राज्यातील शिष्टमंडळाने भेटी दिल्या आहेत.

१९) महिला सदस्याचे मनोगत : गटात आल्यामुळे समाजात महिलांबाबत चर्चा बंद झाली आहे. गटाची संघटिका राजकारणात यशस्वी झाली आहे. गटामुळे दुसरीकडे मोलमजुरी करणे बंद झाले आहे. गटामुळे जागरूकता आली. कार्य सहभाग वाढला आहे. महिला धाडसाने कोणतीही गोष्ट करीत आहेत. समाजात दबाव गट निर्माण झाला आहे. रेशीम उद्योग व कुक्कूटपालन उद्योग सुरू करण्याचा मनोदय आहे.

५) दुर्गा स्वंयसहाय्यता महिला बचत गट, निमगाव केतकी, ता. इंदापूर

१) संघटिका : मंगला मलिकार्जून हिंगाणे

२) गटस्थापना : ११ /१०/१९९८

३) मार्गदर्शक स्वंयसेवी संस्था : ग्रामीण महिला व बालविकास मंडळ

४) बँकेचे नाव : बँक ऑफ महाराष्ट्र

५) मिळालेली श्रेणी : अ +

६) एकूण सभासद संख्या : २० बिगर दारिद्रयरेषेतील

७) बचत दरमहा : रु. ५०=००

८) एकूण बचत : रु. ६४०००=०० मार्च २००५ अखेर

९) अंतर्गत कर्जवाटप : रु.१,२०,३५० = ००

१०) बँकेकडून घेतलेले कर्ज : तीन वेळा रु.१,१५,०००=००

११) एकूण कर्जफेड : पूर्ण, स्वःभांडवली गट

१२) गट सभा वेळ : संध्याकाळ, ठिकाण - प्रत्येकीच्या घरी

१३) गटाचा व्यवसाय : शेवया, किराणा दुकान, शेळयापालन, गाई पालन, लोणचे, सावित्री बाजार व्यवसाय चालवितात.

१४) व्यवसायातील दैनंदिन उलाढाल : १०० ते २०० रु. सरासरी

१५) दैनंदिन निव्वळ नफा : रु. ५० ते १००

१६) गटातून मिळालेला रोजगार : १० महिलांना रोजगार मिळाला आहे. शिवाय सावित्री बाजार केंद्रात आळीपाळीने काम करतात.

१७) गटाचे सामाजिक कार्ये : गटामुळे गावातील साक्षरता, स्वच्छता, शौचालय बांधणी, इ. साक्षरता समाज जागृती केली आहे. परिसरातील ५ महिला बचत गट बांधणी केली आहे. शिवाय राष्ट्रीय सण साजरा करतो.

१८) महिला सदस्याचे मनोगत : गटात आल्यामुळे स्वतःला हक्काचे व्यासपीठ मिळाले आहे. तसेच सावित्री बाजारामुळे व्यवसाय ज्ञान प्राप्त झाले आहे. बँकेत जाण्याचे धाडस मिळाले. गटाचे नेतृत्व करता येते, निर्णय घेता येतो. स्वतःची कार्यक्षमता वाढू लागली आहे.

६) प्रगती महिला स्वयंसहाय्यता बचत गट, गलांडवाडी, क्र, -२ इंदापूर

१) संघटिका : मनीषा बाळासो गलांडे

२) गटस्थापना : ४ /५/२००२

३) मार्गदर्शक स्वयंसेवी संस्था : ग्रामीण महिला व बालविकास मंडळ

४) बँकेचे नाव : स्टेट बँक ऑफ इंडिया

५) मिळालेली श्रेणी : अ +

६) एकूण सभासद संख्या : १२ दारिद्र्यरेषेतील

७) बचत दरमहा : रु. ५०=००

८) एकूण बचत : रु. २१,०००=०० मार्च २००५ अखेर

९) अंतर्गत कर्जवाटप : रु. १,४६,९०० =००

१०) बँकेकडून घेतलेले कर्ज : रु. २,४०,०००=००

११) एकूण कर्जफेड : रु. २०,०००=००

१२) मंजूर अनुदान : रु.१०,०००+रु.१,२०,०००=रु.१,३०,०००-००

१३) गट सभा वेळ : संध्याकाळ - ठिकाण - प्रत्येकीच्या घरी

१४) गटाचा व्यवसाय : दुग्ध व्यवसाय

१५) व्यवसायातील दैनंदिन उलाढाल : २०० ते २२५ रु. सरासरी

१६) दैनंदिन निव्वळ नफा : रु. ५० ते ७५ सरासरी

१७) व्यवसायातून मिळालेला रोजगार : व्यवसायातून १२ महिलांना रोजगार मिळाला आहे. शेतमजुरीस जाण्याऐवजी घरचा व्यवसाय करता येतो.

१८) गटाचे सामाजिक कार्य : गावात दारूबंदी बाबत सतत प्रबोधन करीत आहे.

१९) महिला सदस्याचे मनोगत : गटात आल्यामुळे आमच्या संसारास आर्थिक उभारी मिळाली आहे. मुलांना शिक्षणास मदत झाली आहे. गटामुळे आम्हाला बँकेचे नाव माहीत झाले. बँकेत जाता येऊ लागले. महिलांच्या विकासास हातभार लागला आहे.

७) जयदुर्गामाता महिला स्वयंसहाय्यता बचत गट, थोरातवाडी, ता. इंदापूर, पुणे

१) संघटिका : सुलभा अरूण क्षीरसागर

२) गटस्थापना : १२/१२/२०००

३) मार्गदर्शक स्वंयसेवी संस्था : ग्रामीण महिला व बालविकास मंडळ

४) बँकेचे नाव : जिल्हा मध्यवर्ती सहकारी बँक, घोलपवाडी

५) मिळालेली श्रेणी : अ +

६) एकूण सभासद संख्या : ११ दारिद्रयरेषेतील

७) बचत दरमहा : रु. ५०=००

८) एकूण बचत : रु. २३,३२० =००

९) अंतर्गत कर्जवाटप : रु. ६४,००० =००

१०) बँकेकडून घेतलेले कर्ज : रु. २,७५,०००=००

११) एकूण कर्जफेड : रु. ४०,०००=००

१२) मंजूर अनुदान: रु.१०,००० + रु. १,२०,०००= रु.१,३०,०००=००

१३) गट सभा वेळ : संध्याकाळ - ठिकाण - प्रत्येकीच्या घरी

१४) गटाचा व्यवसाय : दुधव्यवसाय व शेळीपालन

१५) व्यवसायातील दैनंदिन उलाढाल : दुग्धव्यवसाय २०० ते २२५ रु. शेळीपालन सरासरी १०० ते १५०

१६) व्यवसायातील दैनंदिन नफा : दुग्ध व्यवसाय ६० ते ७५ रु. शेळीपालन सरासरी ४० ते ५० रु.

१७) व्यवसायातून मिळालेला रोजगार : ११ महिलांना मिळाला आहे.

१८) गटाचे सामाजिक कार्य : गटाने आरोग्य शिबीर, साक्षरता प्रसार, सावित्रीबाई पुण्यतिथी कार्यक्रम, वनराई बंधारा बांधलेला आहे. गावात सर्व गटांना घेऊन स्वच्छता प्रसार व प्रचार करतो. गटाच्या दबावामुळे अस्मिता भवन बांधण्यात आले.

१९) महिला सदस्याचे मनोगत : गटामुळे आमची फार आर्थिक उन्नती झाली आहे. गटामुळे दूध डेअरीवर जाता आले. व्यवसाय प्राप्त झाले.

व्यवसायामुळे कुटुंबात व समाजात मान मिळू लागला. गटामुळे स्वावलंबन होवू लागले आहे.

८) सुवर्णयुग महिला स्वयंसहाय्यता बचत गट, भिगवण, ता इंदापूर

१) संघटिका : सुशिला शिवाजी पवार

२) गटस्थापना : १/१२/२००३

३) मार्गदर्शक स्वयंसेवी संस्था : ग्रामीण महिला व बालविकास मंडळ

४) बँकेचे नाव : बँक ऑफ महाराष्ट्र

५) मिळालेली श्रेणी : अ +

६) एकूण सभासद संख्या : ११ दारिद्र्यरेषेतील

७) बचत दरमहा : रु. १००=००

८) एकूण बचत : रु. १८,३०० =०० मार्च २००५ अखेर

९) अंतर्गत कर्जवाटप : रु. १९,००० =००

१०) बँकेकडून घेतलेले कर्ज : रु. २,२०,०००=००

११) एकूण कर्जफेड : रु.३६,०००=००

१२) मंजूर अनुदान : रु.१०,०००+ रु.१,१०,०००= रु.१,२०,०००=००

१३) गट सभा वेळ : संध्याकाळ ठिकाण - आळीपाळीने प्रत्येकीच्या घरी

१४) गटाचा व्यवसाय : केरसुणी तयार करणे.

१५) व्यवसायातील दैनंदिन उलाढाल : सरासरी १०० ते १२० रु. शेळीपालन सरासरी १०० ते १५० रु.

१६) व्यवसायातील दैनंदिन नफा : ५० ते ६० रु.

१७) व्यवसायातून मिळालेला रोजगार : महिलांचा परंपरागत व्यवसाय होता, परंतु तो लहान प्रमाणावर होता. गटाच्या भांडवलामुळे मोठ्या प्रमाणात व्यवसाय करू लागल्या आहेत. घरातील पुरुष मंडळीपण या व्यवसायास हातभार लावत आहेत.

१८) सामाजिक कार्ये : गटामार्फत घरातील पुरुषांना दारू व बिड्या ओढणे यावर कटाक्षाने बंदी घातली आहे.

१९) महिला सदस्याचे मनोगत : गटामुळे घरातील पुरुष मंडळींना शेतमजुरी करावी लागत नाही. केरसुणीचा व्यवसाय मोठया प्रमाणात करू लागल्यामुळे कौटुंबिक उदरनिर्वाह चांगला होतो. गटामुळे कौटुंबिक उन्नती झाली आहे.

□

८

परिशिष्ट : नमुना फॉर्म

८:१ प्रथम मूल्यांकन नमुना

दारिद्र्यरेषेतील स्वयंसहाय्यता बचत गटाचे मूल्यमापन

गटाचे नाव : -------------- स्थळ : ------------

गाव : ---------- तालुका : ----------- जि. : ---------

गट स्थापना तारीख : ---------------------------------

बँकेत खाते उघडल्याची तारीख : -------------------------

गटाच्या पदाधिकाऱ्याचे नाव – अध्यक्ष : -------------------

सचिव : --

दि. -------

अ क्र	तपशील	मूल्यमापनकरिता मुद्दे	गुण	मिळालेले गुण
१	सदस्य	एक जिनसी सदस्यत्व	३	
		एक जिनसी नसलेले	१	
२	सदस्य संख्या	१० पर्यंत	१	
		११ ते १५	२	
		१६ ते २०	३	

३	गटातील सदस्यांचा दर्जा	एकूण सदस्यांपैकी ७५% पेक्षा कमी दा. रे. खालील सदस्य	१	
		एकूण सदस्यांपैकी ९९% पेक्षा कमी दा. रे. खालील सदस्य	२	
		१००% दा. रे. खालील सदस्य	४	
४	स्वयंसहाय्यता गट स्थापनेचा कालावधी	६ महिन्यांपेक्षा कमी	१	
		६ महिने ते १२ महिने	२	
		एक वर्षापेक्षा अधिक	३	
५	मासिक सभा	महिन्यातून एक वेळा	२	
		महिन्यातून एकापेक्षा अधिक वेळा	३	
६	सभेची नियमितता	ठरलेल्या दिवशी	१	
		ठरलेल्या वेळी व तारखेनुसार	२	
७	उपस्थिती	एकूण सदस्यांच्या ७५% पर्यत	१	
		एकूण सदस्यांच्या ७६ ते ९०% पर्यत	२	
		एकूण सदस्यांच्या ९१% पेक्षा जास्त	३	
८	सभेतील सहभाग	एकूण सदस्यांच्या ५०% पर्यंत सदस्यांचा चर्चेतील सहभाग	१	
		एकूण सदस्यांच्या ५०% ते ७५% पर्यंत सदस्यांचा चर्चेतील सहभाग	२	
		एकूण सदस्यांच्या ७६% पर्यंत सदस्यांचा चर्चेतील सहभाग	३	
९	बचत	एकूण सदस्यांपैकी ७५% सदस्यांची नियमित बचत	१	
		एकूण सदस्यांपैकी ७६ ते ९९% सदस्यांची नियमित बचत	२	
		सर्व सदस्यांची १००% नियमित बचत	३	

१०	अंतर्गत कर्ज व्यवहार	स्थापनेनंतर ६ महिन्यांनी	२
		स्थापनेनंतर ३ ते ६ महिन्यांनी	२
		स्थापनेनंतर ३ महिन्यांनी	३
११	गटातील सदस्यांना दिलेले अर्थसहाय्य	एकूण सदस्यांपैकी ५०% दिलेले कर्ज	१
		एकूण सदस्यांपैकी ५१ ते ७५% सदस्यांना दिलेले कर्ज	२
		एकूण सदस्यांपैकी ७६% च्या पुढे दिलेले कर्ज	३
१२	कर्ज वसूली	७५% कर्ज दिलेल्या मुदतीत परत	१
		७६ ते ९०% कर्ज दिलेल्या मुदतीत परत	२
		९६% कर्ज दिलेल्या मुदतीत परत केलेले	३
१३	गटाच्या कामाची पध्दत	एकूण सदस्यांपैकी काही सदस्यांनी घेतलेला निर्णय	१
		एकूण सदस्यांपैकी बहुमतांनी घेतलेला निर्णय	२
		सर्वाधिकारशाही पध्दतीने व पारदर्शकपणे घेतलेला निर्णय	३
१४	सदस्यांचा सहभाग	बँका व सहकारी कार्यालयांना, काहीनी दिलेल्या भेटी	१
		बँका व सहकारी कार्यालयांना साखळी पध्दतीने दिलेल्या भेटी	२
		कार्यकारी सदस्यांची साखळी पध्दतीने केलेली निवड	३
१५	कार्य	फक्त बचत	१
		बचत व अंतर्गत कर्जव्यवहार	२
		इतर घेतलेले सामाजिक कार्यक्रम	३

१६	अधिक उपक्रम	वैयक्तिक घेतलेले	१	
		संयुक्तरित्या घेतलेले	२	
१७	लेखे व इतर दप्तर	बचत कर्ज यासाठी ठेवलेले दप्तर	२	
		बचत कर्ज व इतिवृत्तासाठी ठेवलेले दप्तर	३	
		बचत गटाने तयार केलेल्या नियमांनुसार ठेवलेले दप्तर	३	
१८	लेखा परीक्षण	बचत गटातील सदस्यांनी केलेले लेखा परीक्षण	१	
		बचत गटातील सदस्यांव्यतिरिक्त व्यक्तींनी केलेले लेखापरीक्षण	२	
		एकूण गुण	१००	

मिळालेल्या स्वयंसहाय्यता बचत गटाची प्रतवारी   प्रतवारी

    चिंताजनक   ३२ पेक्षा कमी   क

    साधारण   ३२ ते ३९ पर्यंत   ब

    उत्तम   ४० पेक्षा जास्त   अ

    एकूण बचत – रू   मिळालेली श्रेणी

अंतर्गत कर्जव्यवहार –

स्वयंसेवी संस्था   विस्तार अधिकारी   बँक प्रतिनिधी   गटविकास अधिकारी
   प्रतिनिधी   पंचायत समिती   पंचायत समिती

मूल्यांकन दिनांक : / /

८:२ द्वितीय मूल्यांकन नमुना

दि. ------

दारिद्र्यरेषेतील स्वयंसहाय्यता बचतगटाचे मूल्यमापनाचा नमुना

स्वयंसहाय्यता बचतगटाचे नाव ------------------------------

गाव--------- स्थळ--------- तालुका------- जि. -----

गट स्थापनेची तारीख बँकेत खाते उघडल्याची तारीख

गटाच्या पदाधिकाऱ्यांची नावे , अध्यक्ष - सचिव-

अ क्र	तपशील	मूल्यमापनाकरिता मुद्दे	गुण	मिळा-लेले गुण
१	गटाची सदस्य संख्या	१५ ते २०	१०	
		११ ते १५	५	
		१ ते १०	३	
२	नेतृत्व	नेतृत्वात गट अध्यक्ष, सचिव यांचा समावेश	१०	
		अध्यक्ष	५	
		सचिव	३	
३	अंगणवाडी सेविका/ /प्रोत्साहकाची भूमिका	अंगणवाडी सेविका/ प्रोत्साहकाच्या मदतीशिवाय गट सभा होऊ शकत नाही	२	
		अंगणवाडी सेविका/ प्रोत्साहकाच्या मदतीशिवाय गट सभा होऊ शकते परंतु दप्तर लिहिण्यास मदत लागते	६	
४	सभा	२/३ सभा	१०	
		१ सभा	५	
५	सभेची वारंवारता	एका दिवशी नक्की	५	
		एका दिवशी नक्की व एकावेळी नक्की	१०	

६	सभेतील उपस्थिती	गेल्या चार महिन्यांत १) ९१% पेक्षा जास्त	१०	
		२) ७१ ते ८०% उपस्थिती	५	
		३) ७०% पेक्षा कमी उपस्थिती	१	
७	गट सभेचा चर्चेतील सहभाग	५१ पेक्षा जास्त सदस्य सहभागी होतात.	१०	
		२६ ते ५०% पेक्षा जास्त सदस्य सहभागी होतात.	४	
		२५% पेक्षा कमी सदस्य सहभागी होतात.	१	
८	बचतीतील नियमितता	प्रत्येक सदस्य १) सभेच्या दिवशी नियमित बचत करतात.	१०	
		२) दरमहा बचत करतात.	६	
		३) नसल्यास	०	
९	सध्याची बचतीची रक्कम	प्रतिमाह ५० रु. पेक्षा अधिक	१०	
		प्रतिमाह ३० ते ४९ रुपये	७	
		प्रतिमाह २० ते २९ रुपये.	५	
		प्रतिमाह १० रु. पर्यंत.	२	
१०	कर्ज	गटाने ३ ते ६ महिन्यापूर्वी कर्ज दिले.	१०	
		अद्याप कर्ज दिले नाही.	०	
११	कर्जाबाबतचे नियम	गटाने व्याज हप्ता इ. बाबत काही नियम कर्ज देण्याकरीता तयार केले आहेत व ते सर्वांना लागू आहेत.	१०	
		वरीलप्रमाणे नियम तयार केले आहेत परंतु सर्व सदस्यांना लागू नाहीत.	४	
१२	कृती सदस्यांना कर्ज मिळाले	५ पेक्षा जास्त सदस्य.	१०	
		४ ते ५ सदस्य.	५	
		४ पेक्षा कमी सदस्य.	३	

१३	कर्जाची वसुली	९१% ठरलेल्या हप्त्यांप्रमाणे प्रत्येक सदस्य भरणा करतात	१०	
		८१ ते ९०% सदस्य ठरल्याप्रमाणे परत फेड करतात	५	
		५१ ते ८०% सदस्य ठरल्याप्रमाणे परत फेड करतात.	१	
१४	लेखे व इतर	प्रत्येक रजिस्टरला एक गुण जास्तीत जास्त १० गुण हजेरी रजिस्टर	१	
		प्रोसेसिंग	१	
		कर्ज वितरण नोंदवही	१	
		बचत नोंदवही	१	
		कॅशबुक	१	
		सामान्य नोंदवही	१	
		बँकेचे पासबुक (गटाचे)	१	
		बँकेचे पासबुक (वैयक्तिक सदस्याचे)	१	
		गटाचे नियम लिहिलेले रजिस्टर	१	
		सदस्यांना त्याची बचत माहीत आहे.	१	
१५	गटाचे नियम व त्याचे ज्ञान	नियम सर्व सदस्यांना माहीत आहे	१०	
		८०% पेक्षा जास्त सदस्यांना माहीत आहे.	६	
		५० ते ८०% पेक्षा जास्त सदस्यांना माहीत आहे.	४	
१६	गट सदस्यांची साक्षरता	१००% साक्षर	१०	
		५०% साक्षर	५	
		३०% साक्षर	३	
		निरक्षर	०	
१७	मुलांचे शिक्षण	गट सदस्यांच्या घरातील १४ वर्षापर्यंतच्या मुली शाळेत जातात. ५१ ते ९९% सदस्यांच्या घरातील	८	

		१४ वर्ष वयापर्यंतच्या मुली शाळेत जातात.	२	
		५१ पेक्षा कमी सदस्यांच्या घरातील १४ वर्ष वयापर्यंतच्या मुली शाळेत जातात.	१	
१८	गटाने खेळत्या भांडवलाचा विनियोग कसा केला	संयुक्त व्यवसाय सुरू केला	२०	
		गटाच्या सदस्यांनी वेगवेगळा व्यवसाय कर्ज घेऊन सुरू केला	१५	
		अंतर्गत कर्जवाटप केले आहे	१०	
		काहीही केले नाही	०	
१९	गटाचा कृती व्यवसाय	एकच नियमित कार्यक्रम	५	
		त्याचबरोबर इतर कायक्रमात सहभाग (आरोग्य, श्रमदान, पर्यावरण, जलसंधारण)	१०	
२०	गटाचे बँकेविषयी ज्ञान	गटाच्या सर्व सदस्यांना व्यवहार कळतो	१०	
		५ किंवा जास्त सदस्यांना व्यवहार कळतो	५	
		३ किंवा ३ पेक्षा जास्त सदस्यांना व्यवहार कळतो	३	
२१	स्वयंसहाय्यता गटातील सदस्यांचे प्रशिक्षण	गटातील अध्यक्ष, उपाध्यक्ष, सचिव यांचे प्रशिक्षण झालेले आहे	५	
		गटातील सर्व सदस्य विविध प्रकारचे प्रशिक्षण झालेले आहे	५	
		गटातील कोणत्याही सदस्यांचे प्रशिक्षण झालेले नाही	०	
		एकूण	३५०	

एकूण कर्ज वाटप (आजमितीपर्यंत) रुपये		
कर्जाची शिल्लक रक्कम (आजमितीपर्यंत) रुपये		
कर्जाची परतफेड	रुपये	तारीख
थकबाकी झाली असल्यास केव्हापासून		

१६० पेक्षा जास्त गुण	अ श्रेणी
१४० ते १५९ गुण	ब श्रेणी
१२० ते १३९ गुण	क श्रेणी
११९ पेक्षा कमी गुण	ड श्रेणी

मिळालेली श्रेणी

स्वयंसेवी संस्था प्रतिनिधी	विस्तार अधिकारी पंचायत समिती	गटविकास अधिकारी पंचायत समिती	बँक प्रतिनिधी

८:३ भारतीय रिझर्व्ह बँक – बचत गटाचे खाते सुरू करणेबाबतचे पत्र

भारतीय रिझर्व्ह बँक, केंद्रीय कार्यालय,
बँकिंग परिचालन आणि विकास विभाग 'केंन्द्र -।'
वर्ल्ड ट्रेड सेंटर, कफ परेड,
कुलाबा, मुंबई ४०० ००५

संदर्भ – संख्या : डीबीओडी सं. बीसी ६३/१३: ०१:/९२-९३

४ जानेवारी १९९३

पौष १४,१९९४ (शके)

सर्व अनुसूचित वाणिज्य बँका,
(क्षेत्रीय ग्रामीण बँका सहित)
प्रिय महोदय,
स्वयंसहाय्यता समूहांच्या नावावर बँकेत खाते सुरू करणे.

कृपया आमचे दिनांक २७ डिसेंबर १९८५ चे निर्देश डीबीओडी सं. डी. आई आर,बीसी १५१/सी, ३४१-८५ चा परिच्छेद ३ (i) पहावे ज्या अनुसार बँकांना काही संस्था/संघटनाच्या नावे बचत बँक खाते उघडण्यासंबधी मनाई करण्यात आली होती. राष्ट्रीय कृषी आणि ग्रामीण विकास बँकेद्वारे प्रारंभ करण्यात आलेल्या पथदर्शी परियोजनेनुसार बँकांकडून अर्थसहाय्यता प्राप्त स्वयंसहाय्यता समूहांकडून बचत बँक खाते उघडण्याविषयी मुद्दे (परिपत्र आरपीसीडी सं. प्लान बीसी, १३/ पीएल – ०९.२२/९०-९१ दिनांक २४ जुलै १९९१ आणि संख्या डीपीडी १०४/ डीपीडी, एफएस. ४६३१/९२-ए/९१-९२ दिनांक २६ फेब्रुवारी, १९९२ अनुक्रमे आमच्या ग्रामीण योजना आणि ऋण विभाग तथा राष्ट्रीय कृषी आणि ग्रामीण विकास बँकेकडून जारी) पडताळून पाहण्यात आले आहेत आणि असा निर्णय घेण्यात आला आहे की, अशा नोंदणीकृत अथवा बिगर नोंदणीकृत स्वयंसहाय्यता समूहांना बँकेत बचत खाते उघडण्याची अनुमती दिली जावी.

कृपया पत्राची पोच पावती द्यावी

आपला विश्वासू,

(बी. डी. नित्सुरे)
उप मुख्य अधिकारी

८:४ स्वयंसहाय्यता समूह सभासदांमधील स्थापनेच्या वेळी अंतर्गत करारपत्र

सदर करारनामा सन -----------सालीच्या ---------
महिन्यातील दिनांक ------------ रोजी ------------
१. श्री/श्रीमती/कुमारी -------------- वय --- मु.पो.--- ता.---
२. श्री/श्रीमती/कुमारी -------------- वय --- मु.पो.--- ता. ---
३. श्री/श्रीमती/कुमारी -------------- वय --- मु.पो.--- ता.---
४. श्री/श्रीमती/कुमारी -------------- वय --- मु.पो.--- ता. ---
जि. ------------- स्वयंसहाय्यता समूह --------- ता. ---
जि. -------------- चे सभासद आहेत आणि ज्यास यापुढे सामुदायिकपणे स्वयंसहाय्यता समूहाचे सदस्य म्हटले आहे, त्यामध्ये करार करण्यात येत आहे. स्वयंसहाय्यता समूहाच्या सभासदत्वामध्ये सर्व सभासद त्यामध्ये अध्यक्ष, उपाध्यक्ष आणि सचिव यांचा समावेश आहे. ------- स्वयंसहाय्यता समूह ----- --------- मु. पो. -------------- समूहाचे सर्व सभासद ------ गावाचे --------- तालुक्यातील ------- जिल्ह्यातील असून एकमेकांना चांगले परिचित आहेत. उपरोल्लेखित सभासद स्वेच्छेने, स्वतःच्या आणि कुटुंबियांच्या उन्नत्तीसाठी एकत्रित येत आहेत. खालील उल्लेखित अटी आणि शर्तीनुसार आपापसातील हितसंबध सुरक्षित राखून बचत, कर्ज आणि इतर आर्थिक- सामाजिक कर्तव्यपूर्तीसाठी स्वयंसहाय्यता समूहाची स्थापना करत आहोत.

वरील करारनामा खालील अटी व शर्तीनुसार साक्षांकित करीत आहोत

१ स्वयंसहाय्यता समूहाचा प्रत्येक सभासद रु. --------------- (अक्षरी रुपये ----------------) काटकसरीतून प्रत्येक साप्ताहिक/पाक्षिक/मासिक बैठकीमध्ये आणून जमा करेल.

२ प्रत्येक सभासद स्वयंसहाय्यता समूहाच्या यशासाठी प्रयत्न करेल आणि समूहाच्या हितविरोधी कोणतीही कृती अथवा कार्य करणार नाही.

३ स्वयंसहाय्यता समूहाने मागणी केलेल्या कर्जाला स्वयंसहाय्यता समूहाचे सर्व सभासद जबाबदार आहेत आणि कर्जाची परतफेड करण्याची जबाबदारी सर्व सभासदांची आहे.

४ स्वयंसहाय्यता समूहाने मिळविलेली सर्व मालमत्ता ही सर्व सभासंदाच्या संयुक्त मालकीची आहे आणि राहील. मालमत्तेचा ताबा समूहाने प्राधिकृत केलेल्या सभासदाकडे राहील आणि त्याची जबाबदारी त्या प्राधिकृत सभासदाची आहे आणि राहील.

५. स्वयंसहाय्यता समूहाच्या सभासदांनी सर्वानुमते श्री/श्रीमती/कुमारी ---------- यांना अध्यक्ष, श्री/श्रीमती/कुमारी ---------- यांना उपाध्यक्ष आणि श्री/श्रीमती/कुमारी ------------------- यांना सचिव म्हणून नियुक्त केले आहे. दरवर्षी अध्यक्ष, उपाध्यक्ष, सचिव बदलले जातील व नवीन सभासदांना त्या जागी नियुक्त केले जाईल. अध्यक्ष, उपाध्यक्ष व सचिव व्यवस्थित कामकाज करत नसतील, तर त्यांच्या जागी सर्वानुमते बहुमताने नवीन नियुक्ती केली जाईल.

६. स्वयंसहाय्यता समूहाचे सर्व सभासद नियुक्त अध्यक्ष, उपाध्यक्ष आणि सचिव यांच्या चांगल्या कार्याला समर्थन देतील.

७. अध्यक्ष, उपाध्यक्ष आणि सचिव हे स्वयंसहाय्यता समूहाच्या दैनंदिन कामकाजामध्ये लक्ष देवून कामकाज करतील. स्वयंसहाय्यता समूहाचे सर्व सभासदांच्या वतीने कर्जासाठी अर्जावर सह्या करणे, दैनंदिन कामकाज करणे, बँकिंग व्यवहार करणे यासाठी स्वंयसहाय्यता समूहाचे सभासद खालील प्रतिनिधींना प्राधिकृत करीत आहे.

श्री/श्रीमती/कुमारी ---------------------------

श्री/श्रीमती/कुमारी ---------------------------

श्री/श्रीमती/कुमारी ---------------------------

वरील प्रतिनिधींपैकी कोणत्याही दोघांची स्वाक्षरी व्यवहारासाठी चालेल.

८. समूहाच्या सभासदांच्या मृत्युनंतर वारसदार (महिला) समूहाची सभासद म्हणून असणाऱ्या सर्व हक्कांची हक्कदार असेल आणि जबाबदार असेल.

९. सर्व सभासदांच्या सहमतीने करार केला जातो की, सर्व सभासदांच्या सहमतीशिवाय नवीन व्यक्ती स्वयंसहाय्यता समूहाचा सभासद म्हणून घेतली जाणार नाही.

सर्व सभासद दिनांक ---------- रोजी सही/अंगठा करत आहेत.

स्वयंसहाय्यता समूहाच्या सभासदाचे नाव –

सही/अंगठा

१ ------------------   ----------

२ ------------------   ----------

३ ------------------   ----------

साक्षीदार

१ ------------------   ----------

२ ------------------   ----------

८:५ स्वयंसहाय्यता गटांच्या निर्मितीसाठी ठराव

स्वयंसहाय्यता गटाचे नाव :

आम्ही -------------- पुरुष/महिला या ----------- गाव ------------- गट ---------- जिल्हा येथील असून आम्ही एकमताने ------- या दिवशी स्वयंसहाय्यता गट स्थापन करत आहोत. आमच्या गटाचे नाव ---------

गटाच्या सदस्याबाबतचा तपशील पुढीलप्रमाणे

अ	सदस्याचे नाव	पती/पत्नी/वडीलांचे नाव	वय/वर्ष	व्यवसाय	सही

स्वयंसहाय्यता बचत गटांच्या बैठका एका महिन्यामध्ये -- वेळा ----- या ठिकाणी, प्रत्येक ------ तारखेस -----वाजता होतील. आम्ही ------ ------- या बँक शाखेमध्ये गटाच्या नावाने खाते सुरू करावयाचा सर्वानुमते निर्णय घेतला आहे.

या गटाचे संघटिका/अध्यक्ष म्हणून श्री/श्रीमती ----------- सहसंघटिका/उपाध्यक्ष श्री/श्रीमती ------------------ आणि सचिव म्हणून श्री/श्रीमती ------------- यांची निवड सर्वानुमते करण्यात येत आहे. या निवड केलेल्या पदाधिकाऱ्याची माहिती संबंधित बँकेला कळविण्यात येईल.

आम्ही प्रती सदस्य माहे रु. ----- बचत करणार आहोत.

बचत खाते १) श्री/श्रीमती -------------------------

२) श्री/श्रीमती -------------------------

३) श्री/श्रीमती -------------------------

तिघांपैकी दोन सदस्यांच्या सहीने खाते चालविण्यात येईल

सदस्यांची बचत गटाच्या बैठकीच्या वेळी जमा करण्यात यावी व कर्ज मंजुरी, सामाजिक व कुटुंब कल्याण कार्यक्रमांमध्ये सहभाग या बाबीसंबधी चर्चा व निर्णय गटाच्या बैठकीत घेण्यात यावेत. गटाच्या बैठकीमध्ये प्राधिकार प्राप्त झाल्यानंतरच रक्कम काढावी. गटांच्या बैठकीमध्ये घेण्यात आलेले निर्णय सर्व सदस्यांना बंधनकारक राहतील आणि एकत्रितपणे सदस्यांच्या जीवनमूल्यांमध्ये सुधारणा व विकास तसेच राहणीमानाचा दर्जा उंचावणे यासाठी संघटितरित्या काम करणे आवश्यक आहे. सर्व सभासदांना गटांच्या बैठकीस उपस्थित राहणे व नियमित बचत करणे अनिवार्य आहे.

उपस्थित सदस्यांची नावे व सह्या

१)

२)

३)

४)

८:६ बँकेत बचत खाते उघडण्यासाठी ठराव

--------------- पुरुष/महिला बचत गट ------------------

दिनांक ------ रोजी झालेल्या सभेच्या ठराव क्रमांक ---- ची खरी नक्कल

विषय - ------------ बँकेच्या ----------- शाखेमध्ये बचत खाते/ ठेवीचे खाते उघडण्याबाबत ठराव क्रमांक ------- दिनांक ---------

बचतगटाचे कामकाज व व्यवहार पाहण्यासाठी खालील सभासदांची गटाचे अधिकृत प्रतिनिधी म्हणून सर्वानुमते निवड व नेमणूक करण्यात येत आहे. गटाचे बचत खाते/मुदत ठेवीचे खाते ---------- बँकेच्या ---------- शाखेमध्ये बचत गटाच्या नावाने उघडण्याचे व अधिकृत प्रतिनिधींपैकी कोणत्याही

दोघींच्या सहीने गटातर्फे व्यवहार करण्याचे त्यांना सर्वानुमते अधिकार देण्यात येत आहेत.

१) श्रीमती ------------------------- अध्यक्ष

२) श्रीमती ------------------------- उपाध्यक्ष

३) श्रीमती ------------------------- सचिव/खजिनदार

सह्यांचे नमुने

१) ------------------ २) ------------------

३) ------------------

ठराव सर्वानुमते मंजूर   खरी नक्कल

अध्यक्ष   उपाध्यक्ष   सचिव/खजिनदार (सह्या)

------------ पुरुष/ महिला बचत गट --------- (शिक्का)

८.७ बचत गट नोंदणी फॉर्म

प्रति,

मा. गटविकास अधिकारी,

पंचायत समिती,

------ ता. ------

जि. ------------

विषय : महिला/पुरुष बचत गट नोंदणीबाबत ----

महोदय,

आम्ही ------- स्वयंसहाय्यता महिला/पुरुष बचत गट मु. पो. ---- ता. ---- जि. ---- हा गट दि. ----- रोजी स्थापन केला असून गटामध्ये एकूण आजमितीस सदस्य ---------- आहेत. त्यापैकी दारिद्रयरेषेतील -------- सदस्य व बिगर दारिद्र्यरेषेतील -------- सदस्य आहेत गटाचे

अध्यक्ष श्री/श्रीमती ------------------------------ व

उपाध्यक्ष श्री/श्रीमती ------------- सचिव श्री/श्रीमती -------

----- आणि खजिनदार श्री/श्रीमती -----------------------

---- हे आहेत आणि सभासद पुढीलप्रमाणे

१ -----------------------------------

२ -----------------------------------

३ -----------------------------------

४ -----------------------------------

आमच्या गटाची दरमहा बचत रु.-------- असून -------- या

बँकेत खाते उघडले आहे. तरी आमच्या गटांची नोंद करून घ्यावी ही विनंती.

सही

१) अध्यक्ष

२) उपाध्यक्ष

-------------- नोंदणी पावती --------------

अध्यक्ष   दि.

------------ स्वयंसहाय्यता महिला/पुरुष बचतगट

मु. पो. --- ता. ------ जि. ----

आपल्या अर्जानुसार -------- स्वयंसहाय्यता महिला/पुरुष गट मु.

पो. ------- ता. ------ जि. -------- या गटाची नोंदणी करून नोंदणी

क्रमांक----------- हा आहे.

सही/शिक्का

गटविकास अधिकारी,

पंचायत समिती

---- ता. ----

जि. -------

८:८ जमाखर्च पुस्तक

गटाचे नाव------------------------------------ तारीख -------

अ क्र	सभासदाचे नाव	जमा							नावे			
		मासिक बचत	जास्तीची बचत	आर्थिक सहाय्य परतफेड	सेवाशुल्क	दंड	इतर जमा	एकूण (३ ते ८)	दिलेले आर्थिक सहाय्य	बचत परत/ व्याज	एकूण (१०+११)	शेरा
१	२	३	४	५	६	७	८	९	१०	११	१२	१३
१												
२												
३												
४												
५												
६												
७												

८												
९												
१०												
११												
१२												
एकूण												

हजर सभासद = गैरहजर सभासद = पेटीतील शिल्लक = रु. थकबाकी					मागील शिल्लक = रु. बँक बचत खाते = रु. बँक कर्ज = रु. बँक व्याज = रु. इतर जमा = रु.				बँक बचत खाते= रु. बँक कर्ज = रु. बँक व्याज = रु. गटाचा खर्च = रु. अखेर शिल्लक = रु.			
सन	बचत	परत फेड	दंड	सेवाशुल्क								
एकूण					एकूण रु.				एकूण रु.			
वसूल	%	%	%	%	अध्यक्ष उपाध्यक्ष सही							

८.९ सभासद खाते वही व तेरीजपत्रक

महिना --------अखेर

आज अखेर बचत			आज अखेर अर्थसहाय्य							
एकूण बचत	जास्तीची बचत	बचत परत	घेतलेले आर्थिक सहाय्य	परतफेड	आर्थिक सहाय्य बाकी	सेवा शुल्क	दंड	इतर जमा		हजर सभासदांची सही
१	२	३	४	५	६	७	८	९		१०
									१	
									२	
									३	
									४	
									५	
									६	
									७	
									८	
									९	
									१०	
									११	
									१२	एकूण

जमा	तेरीज ▭ पत्रक		खर्च
आरंभी शिल्लक	सभासद बचत परत (३)		
सभासद बचत (१)	गटाचा खर्च		
सभासद जास्तीची बचत (२)	सभासद आर्थिक सहाय्य दिले (४)		
सभासद आ. सहाय्य परतफेड (५)	गटाचा खर्च		
सभासद सेवाशुल्क (७)	बँक बचत खाते		
सभासद दंड (८)	बँक कर्ज परतफेड		
सभासद इतर जमा (९)	बँक व्याज		
बँक कर्ज घेतले	अखेर शिल्लक		
गट इतर विमा			
बँक व्याज			
एकूण	एकूण		

८:१० बचत गटाची वार्षिक आर्थिक पत्रके

------------ पुरुष/महिला बचत गट -------------

तेरीज पत्रक/जमा खर्च पत्रक दिनांक ---------- अखेर

जमा	रूपये	पैसे	नावे	रूपये	पैसे
आरंभी शिल्लक			सभासद बचत गट		
सभासद बचत			सभासद जास्तीची		
सभासद जास्तीची बचत			बचत परत		
सभासद आ. सहाय्य परतफेड			सभासद आ. सहाय्य दिले		
			गटाचा खर्च		
सभासद सेवाशुल्क			बँक बचत खाते		
सभासद दंड			बँक कर्ज परतफेड		
सभासद इतर जमा			बँक व्याज		
बँक व्याज			अखेर शिल्लक		
बँक बचत खाते					
बँक मुदत ठेव					
एकूण			एकूण		

८:११ नफा तोटा पत्रक

जमा	रूपये	पैसे	नावे	रूपये	पैसे
सभासद सेवाशुल्क सभासद दंड सभासद इतर जमा बँक व्याज गटाचा तोटा			सभासद सेवा शुल्क दंड गटांचा खर्च बँक व्याज गटाचा नफा		
एकूण			एकूण		

८:१२ ताळेबंदपत्रक

दिनांक ------ अखेर

जमा	रूपये	पैसे	नावे	रूपये	पैसे
सभासद सेवाशुल्क सभासद दंड सभासद जास्तीची बचत बँक कर्ज गट इतर जमा गटाचा नफा			------- सभासद आर्थिक सहाय्य बँक बचत खाते बँक मुदत ठेव गटाचा तोटा अखेर शिल्लक		
एकूण			एकूण		

अध्यक्ष   उपाध्यक्ष   सचिव/खजिनदार(सह्या)

-------------- पुरुष / महिला बचत गट ---------(शिक्का)

८:१३ सदस्य विमा पॉलिसी आराखडा

गटाचे नाव –

विमा कंपनीचे नाव व पत्ता : – – – – – – – – – – – – – – – – – – –

अ.क्र.	विम्याची तारीख	सभासदाचे नाव व क्रमांक	पॉलिसी नंबर	तपशील	विम्याची रक्कम रु.	विमा प्रिमीयम	नूतनीकरण		शेरा
							अंतिम	केल्याची	

८:१४ अंतर्गत कर्जमागणी अर्ज

प्रति, मा. अध्यक्ष/सचिव ----------------- पुरुष/महिला बचत गट ----------- मी श्रीमती/सौ/श्री ------------- सभासद क्रमांक ------ व्यवसाय ------- गटाचा/ची सभासद असून माझी आज अखेर बचत रू ---- व मागील अर्थसहाय्य बाकी रु. ---- आहे. खाली सह्या करणारे सभासद मला जामीनदार राहण्यास तयार असून मला ----- कारणासाठी रु. -------- (अक्षरी रुपये ---------) आर्थिक सहाय्य मंजूर करावे, ही विनंती.

आर्थिक सहाय्याचा विनियोग दिलेल्या कारणासाठीच करण्यात येईल. आर्थिक सहाय्याची थकबाकी सेवाशुल्कासह आमच्या बचतीतून परस्पर वसूल करण्याचे अधिकार आम्ही गटास देत आहोत.

आपले विश्वासू,

१ ---------------

२ ---------------

अर्जदाराची सही/ अंगठा   जामीनदारांच्या सह्या/अंगठे

दिनांक -----------

८:१५ अंतर्गत कर्जमंजुरी पत्रक

दिनांक ------- च्या मासिक सभेमध्ये आवश्यक चर्चा करून श्रीमती/सौ/श्री ------------------------ सभासद क्रमांक ----------- यांना खालील अटींवर -------------- कारणांसाठी रु. ------------ (अक्षरी रुपये -------------) आर्थिक सहाय्य सर्वानुमते मंजूर करण्यात येत आहे.

परतफेडीचा हप्ता रु.------- मासिक/त्रैमासिक/सहामाही/वार्षिक सेवाशुल्क दरमहा दरशेकडा ------- %. सेवाशुल्कासह एकूण हप्ते ------

इतर अटी : १. ----------------------

२. ----------------------

दिनांक ----- अध्यक्ष ----- उपाध्यक्ष ---- सचिव -----

८:१६ वचनचिठ्ठी

आज दिनांक ----- रोजी मी, श्रीमती/सौ/श्री ------------

सभासद कमांक -------- अक्षरी रुपये ------- आर्थिक सहाय्याची दरमहा दरशेकडा ------% सेवाशुल्क दराने प्रत्येक रु. ---- च्या ------ समान मासिक/त्रैमासिक/वार्षिक हप्त्यामध्ये ------- पुरुष/महिला बचत गट ----------- यांना नियमित परतफेड करण्याचे वचन स्वेच्छेने देत आहे.

ठिकाण :--------- ---------------

कर्जदाराची सही/अंगठा

दिनांक : ---------

साक्षीदारांच्या सहया : १ ---------------

२ ---------------

८:१७ जामीनपत्र

आम्ही श्रीमती/सौ/श्री ---------------------------- व श्रीमती/सौ/श्री --------------------------------- जामीनदार म्हणून श्रीमती/सौ/श्री ------------------------------ यांनी आज दिनांक --------- रोजी गटाकडून घेतलेल्या रु. -------- अक्षरी रुपये -----------------------

आर्थिक सहाय्याच्या सेवाशुल्कासह संपूर्ण परतफेडीची जबाबदारी वैयक्तिक व संयुक्तरित्या स्वेच्छेने स्वीकारीत आहोत.

ठिकाण : -------　　　१ -------------------

दिनांक : -------　　　२ -------------------

जामीनदारांच्या सह्या /अंगठे

८:१८ स्वयंसहाय्यता गटाने बँकेकडे कर्जमागणीसाठी करावयाचा अर्ज

स्वयंसहाय्यता गटाचे नाव ----------------------------

पत्ताः ------------------------------------

स्थापना दिनांक : -------------------- नोंदणीकृत आहे/नाही.

नोंदणीकृत असल्यास नोंदणी क्रंमाक व दिनांक : ----------------

(नोंदणीपत्राची सत्यप्रत सोबत जोडावी)

गटाचे एकूण सभासद ------------ प्रत्येक मासिक बचत रुपये -----

सेवाभावी संस्थेचे नाव व पत्ता -----------

दिनांक ----------

प्रति,

शाखाधिकारी

––––––––––––––– बँक

––––––––––––––– शाखा

महोदय,

आम्ही वरील स्वयंसहाय्य गटाचे अधिकृत प्रतिनिधी गटांच्या सभासदांना आर्थिक सहाय्य देण्यासाठी रुपये ––––––– कर्जाची मागणी करीत आहोत. गटाची दि. –––––––– अखेरची आर्थिक पत्रके व दिनांक ––––––––– च्या ठरावाची नक्कल प्रत सोबत जोडली आहे.

१. बँकेने ठरवून दिलेल्या हप्त्यांप्रमाणे कर्जाची परतफेड करण्यास आम्ही तयार आहोत.

३. गटाच्या सर्व सभासदांनी गटाच्या वतीने कर्ज घेण्यासाठी आम्हांला दिलेल्या अधिकाराच्या ठरावांची सत्यप्रत सोबत जोडली आहे.

४. वर दिलेली सर्व माहिती आमच्या समजुतीप्रमाणे खरी व बरोबर आहे.

५. गटाची कर्जविषयक व इतर माहिती शासन व नाबार्डसह बँकेला आवश्यक वाटेल त्या इतर वित्तीय संस्था यांना देण्यास आमची हरकत नाही.

६. आम्ही गटाविषयी दिलेली कोणतीही माहिती खोटी व चुकीची आढळून आल्यास या अर्जाद्वारे आम्ही मागितलेले कर्ज नाकारण्याचा वा कर्जाची रक्कम पूर्ण/अंशतः परत मागण्याचा अधिकार बँकेस राहील.

दिनांक ––––––––––– अखेर गटाची आर्थिक माहिती

अ.क्र.	तपशील	रक्कम रूपये
१	सभासदांची एकूण बचत	
२	बचत गटाचे कर्ज देणे बाकी	
३	सभासदांकडून येणे आर्थिक सहाय्य बाकी	
४	सभासद येणे आर्थिक सहाय्याची थकबाकी	
५	आर्थिक सहाय्याचे वसुलीचे शेकडा प्रमाण	
६	बँकेतील शिल्लक/रोख शिल्लक	

आपले विश्वासू,

अध्यक्ष   उपाध्यक्ष   सचिव (सह्या)

––––––––––––– पुरुष/महिला बचत गट –––––––– (शिक्का)

परिशिष्ट : नमुना फॉर्म / ११३

८:१९ बँक कर्जासाठी ठराव

----------- पुरुष/महिला स्वयंसहाय्यता बचत गट ------------
दिनांक ------ रोजी झालेल्या सभेचा ठराव क्रमांक ------- ची खरी नक्कल. विषयः --------- बँकेच्या --------- शाखेकडून बचत गटाच्या सभासदांसाठी घ्यावयाच्या कर्जाबाबत. ठराव क्रमांक : ------------ दिनांक ---------

बचतगटाच्या आर्थिक सहाय्य मागणीवर चर्चा होवून सोबतच्या यादीप्रमाणे गटाच्या सभांसदांसाठी रु. -------- (अक्षरी)रुपये ------- कर्जाची मागणी करण्याच्या सर्व कागदपत्रावर तसेच दस्तांवर सह्या करण्याचे, गटांची मालमत्ता तारण देण्याचे, कर्ज घेवून सभासदांना वाटप करण्याचे, आर्थिक सहाय्य वाटप करताना सभासदांकडून आवश्यक कागदपत्रे करून घेण्याचे, आर्थिक सहाय्यातून घेतलेली मालमत्ता/वस्तू तपासण्याचे, सभासदांकडून आर्थिक सहाय्याची वसुली करण्याचे व बँकेच्या कर्जाची परतफेड करण्याचे अधिकार गटाच्या खालील प्रतिनिधींना देण्याचे सर्वानुमते ठरविण्यात आले.

१. श्रीमती -------------------------------- अध्यक्ष
२. श्रीमती -------------------------------- उपाध्यक्ष
३. श्रीमती -------------------------------- सचिव

सह्यांचे नमुने

१ -----------------------
२ -----------------------
३ -----------------------

ठराव सर्वानुमते मंजूर
खरी नक्कल

------------ ------------ ------------

अध्यक्ष उपाध्यक्ष सचिव (सह्या)

---------- पुरुष /महिला बचत गट ---------------(शिक्का)

११४ / महिला बचत गट

८:२० स्वयंसेवी संस्थेने गट बँकेशी संलग्न करण्यासाठी द्यावयाचे पत्र

प्रति, दिनांक : ------

शाखा प्रबंधक,

--------------- बँक

विषय : स्वयंसहाय्यता समूहास बँकेशी संलग्न करण्यासाठी प्रस्ताव.

महोदय,

स्वयंसहाय्यता समुहांना बँकेशी संलग्न करण्याच्या कार्यक्रमाअंतर्गत आपल्या बँकेकडून कर्ज सुविधा प्राप्त होण्यासाठी निम्नलिखित स्वयंसहाय्यता समूहांकडून प्राप्त कर्जप्रस्ताव आम्ही सोबत पाठवीत आहोत.

अ.क्र.	स्वयंसहाय्यता गटाचे नाव	सदस्य संख्या	कर्ज रक्कम
१.			
२.			
३.			
४.			
५.			

कृपया विनंतीचा विचार करून आपल्या स्तरावर आवश्यक ती कारवाई करावी.

कळावे.

आपला विश्वासू

( )

८:२१ बचत गटास कर्जमंजूर करताना बँकेने करावयाचा करारनामा

हा करारनामा सन ---- या वर्षाच्या ----- महिन्यातील ----- या दिवशी ---- मे ---- स्वयंसहाय्यता समूह लोक/व्यक्ती यांचा एक बिगरनोंदणीकृत समूह, ज्याचे कार्यालय -------------- येथे स्थित आहे, ज्याचे अधिकृत प्रतिनिधी श्री/श्रीमती --------------------- (नाव) - ------------ (हुद्दा) आणि श्री/श्रीमती --------------------- --- (नाव) ----------------------- (हुद्दा) यांनी केला असून ज्यांना स्वयंसहाय्यता समूहाच्या सर्व सभासदांनी पूर्णतः अधिकार दिले आहेत. (याप्रकारच्या अधिकारपत्राची सत्यप्रत या सोबत संलग्न असून ती या कराराचा एक भाग आहे.) ज्यांना या पुढे या करारनाम्यात 'कर्जदार' म्हटलेले आहे, त्यातील विषय किंवा आशयाशी जोपर्यंत काही प्रतिकूल अभिव्यंजना होत नाही तोपर्यंत, याचा अर्थ आणि त्यातील तत्सम बिगरनोंदणीकृत समूहाचे सदस्य,त्यांचे सबंधित वारस, प्रशासक सामील आहेत, एक पक्ष आणि ----- अधिनियमांतर्गत स्थापित ------ (बँकेचे नाव) एक कार्पोरेटर,जिचे मुख्य कार्यालय ---- येथे आणि त्याचबरोबर ज्याची एक शाखा ------ यामध्ये आहे, ज्यास यापुढे 'बँक' संबोधिले आहे, ह्या विषयी किंवा ------- मध्ये जोपर्यंत प्रतिकूल ----- होत नाही, त्याचा अर्थ आणि त्यामध्ये उत्तराधिकारी आणि समनुदेशिति आहे, दुसऱ्या पक्षाद्वारे आणि ---- मध्ये २००-- सालच्या ---- दिवशी हा करार झाला आहे. ज्या अर्थी कर्जदार ही एक बिगरनोंदणीकृत संस्था आहे, जी आपल्या सभासदांच्या सामाजिक व आर्थिक परिस्थितीत सुधारण्यासाठी स्वयंसहाय्यता समूह बनविल्यानंतर कर्जदारांनी केलेल्या दिनांक ------ च्या ठरावानुसार (सत्यप्रत संलग्न) कर्जाविषयी विधिवत अधिकृत श्री/श्रीमती ------------------- (नाव) ------ ----------(पद्नाम) आणि श्री/श्रीमती --------------------- (नाव) --------------- (पद्नाम) यांनी केलेल्या अर्जानुसार बँकेस रुपये ---- (अक्षरी रुपये -----) पर्यंत कर्ज मंजूर करण्यास विनंती केली आहे. ज्याद्वारे ते आपल्या सभासदांना कर्ज वाटप करतील आणि ज्याअर्थी बँक कर्जदार सर्व शर्थी/अटी लिखित स्वरूपात करण्यास इच्छुक आहे, म्हणून हा करार खालीलप्रमाणे प्रस्तुत आहे.

१. बँक रुपये --------(अक्षरी रुपये ------------ मात्र) पर्यंत अल्पमुदत/मध्यम मुदत कर्ज म्हणून मंजूर करण्यास आणि कर्जदार कर्ज घेण्यास सहमत आहेत आणि बँकेने आपल्या शाखेत कर्जदाराचे नावे दिनांक ---रोजी (खात्याचा प्रकाराचा उल्लेख करावा.) खाते क्रमांक ------ उघडले आहे.

२. जर नगद ऋण सुविधा (कॅशक्रेडीट) चा उपयोग केला जात असेल तर कर्जदार कर्जमर्यादेच्या अधीन संतोषजनक पध्दतीने खात्याचा व्यवहार करेल आणि कर्जदार व्याजासहित खात्यामध्ये देय रक्कम व वेळोवेळी नावे केलेले अन्य प्रभार यांचा भरणा मागणीनुसार विनाहरकत करेल.

३. जर घेतलेले कर्ज मागणी कर्जाच्या (डिमांड लोन) रूपात असेल तर कर्ज परत मागण्याच्या बँकेच्या अधिकारात कोणतीही बाधा न आणता कर्जदार स्वीकृत शर्तीप्रमाणे निर्धारित वेळेमध्ये व्याजासह कर्ज आणि अन्य प्रभाराची परतफेड करण्याचे वचन देत आहे.

४. जर कर्जदाराकडून घेतलेले कर्ज मुदत कर्ज असेल तर त्याची परतफेड खाली दिलेल्या परतफेडीच्या वेळापत्रकानुसार केली जाईल. या व्यतिरिक्त कर्जदार या प्रकारच्या कर्जासाठी भारतीय रिझर्व्ह बँक/राष्ट्रीय बँकेकडून वेळोवेळी निर्धारित व्याजदराने व्याजाची परतफेड करेल.

५. याद्वारे दोन्ही पक्षात असा स्पष्ट करार झाला आहे की जर कर्जदाराने ज्या कारणासाठी कर्ज घेतले आहे, त्यासाठी उपयोग करण्यात असफल झाला असेल, तर कर्जदार हा अन्य कायदेशीर कारवाई करण्याच्या बँकेच्या अधिकारावर, प्रतिकूल परिणामाशिवाय, मागणी केल्यास व्याजासहित विनाहरकत तात्काळ परतफेड करेल.

६. कर्जदार कर्जखात्यातील दैनिक बाकी राशीवर व त्यामध्ये तिमाही पद्धतीने आकारण्यात येणाऱ्या व्याजाची रक्कम किंवा बँक ठरवेल त्यानुसार व्याजाची फेड करेल.

७. कर्जदार कर्जाच्या रक्कमेचा वापर आपले सभासद आणि त्यांचे कुंटुबियांची सामाजिक व आर्थिक स्थिती सुधारण्याच्या हेतूने आपल्या सभासदांना कर्जवाटप करण्यासाठी करेल.

८. कर्जदाराने घेतलेल्या कर्जाच्या रक्कमेची तथा त्यासोबत अशा प्रकारच्या कर्जासाठी भारतीय रिझर्व्ह बँक/राष्ट्रीय बँकेकडून वेळोवेळी निर्धारित केल्या जाणाऱ्या दरांनुसार व्याजाची फेड करेल.

९. कर्जदार बँकेच्या नियमानुसार कर्जदाराकडून बँकेस देय व्याज आणि अन्य प्रभारासह मागणी केल्यावर कर्जाची परतफेड करण्यासाठी बंधनकारक राहील.

परतफेडीचे वेळापत्रक :-
(कृपया उल्लेख करा)

या लिखित करारनाम्यावर दोन्ही पक्षकारांनी सुरुवातीस उल्लेखित दिनांक ---- महिना ------ वर्ष रोजी सह्या केल्या.

स्वयंसहाय्यता समूहाकरिता बँके करिता
१. प्राधिकृत प्रतिनिधी
२. प्राधिकृत प्रतिनिधी व्यवस्थापक

तारीख	नियमित बचत जमा रु.	एकूण ठेव शिल्लक	ठेवीवरील व्याज	मुदत ठेव ठेवी	अंतर्गत ठेवीवरील व्याजाची रक्कम	कर्ज रक्कम	जमा व्याज	मागणी केले	देय व्याज रक्कम	वाटप केलेले कर्ज	परत दिलेली जास्तीची बचत व सेवा शुल्क	संकलकाची सही
	२	३	४	५	६	७	८	९	२०	२१	२२	३२
जानेवारी												
फेब्रुवारी												
मार्च												
ताळेबंद												
एप्रिल												
मे												
जुन												
ताळेबंद												

जूलै												
ऑगस्ट												
सप्टेंबर												
ताळेबंद												
ऑक्टोबर												
नोव्हेंबर												
डिसेंबर												
एकूण												

८:२३ इतिवृत्त पुस्तक

गटाचे नाव ---------- पुरुष/महिला बचत गट ----------सभा क्रमांक
---- सभेची तारीख ------ वेळ --------- ते ------- स्थळ ----
-

एकूण सभासद ---------- उपस्थित सभासद -------
अनुपस्थित सभासद ------------
   अ) वेळेवर उपस्थित ------   अ) पूर्व सूचना न देता ----------
   ब) उशिरा उपस्थित -------   ब) पूर्व सूचना देवून -----------

अ.क्र.	चर्चेचा विषय	घेतलेला निर्णय

आरंभीची शिल्लक	कर्ज वितरण केलेल्या सदस्यांची संख्या
सभासद बचत जमा रु.	सभासदांना दिलेले आर्थिक सहाय्य रु.
सभासद परतफेड रु.	बँकेत भरणा रु.
सेवाशुल्क दंड इ. जमा रु.	गटाचा खर्च रु.
बँकेकडून आणले रु.	अखेर शिल्लक रु.
एकूण रु.	एकूण रु. ----------------

------   ------   --------
अध्यक्ष   उपाध्यक्ष   सचिव (सह्या)
---------------- पुरुष/महिला बचत गट ------ (शिक्का)

८:२४ मान्यवरांच्या भेटी, अभिप्रायाची नोंदवही

गटाचे नांव -------------- स्थापना दिनांक -----------
पत्ता --

अ. क्र	दिनांक/नाव व हुद्दा	अभिप्राय/मार्गदर्शक
१	२	३

८:२५ बँकेकडून कर्ज घेताना बचतगटाने करावयाच्या कागदपत्रांची पूर्तता

१) गटाची सर्वसाधारण माहिती : गटाचे नाव, पत्ता, स्थापना, दिनांक, एकूण सभासद संख्या, त्यापैकी स्त्री/पुरुष, अनु.जाती/जमाती, दारिद्र्य रेषेखालील सभासद, मासिक बचत, मासिक सभेची तारीख, सेवाशुल्क दर, संघटिका, सहसंघटिका इत्यादी

२) गटाची नियमावली : महत्वाचे प्राथमिक व सर्व आर्थिक ठराव/नियम

३) सभासदवार माहिती : सभासदाचे नाव, वय, अनुसूचित जाती/जमाती, दारिद्र्यरेषेखालील, एकूण बचत, घेतलेले आर्थिक सहाय्य, परतफेड, आर्थिक सहाय्याची बाकी, थकबाकी रक्कम व तारीख, दंडाची रक्कम, भरलेले सेवाशुल्क, घेतलेले आर्थिक सहाय्य - जास्तीत जास्त व कमीतकमी रक्कम, परतफेडीचा काळ, मागितलेले आर्थिक सहाय्य, हेतू व रक्कम, गटाने अध्यक्ष/उपाध्यक्ष यांना बँकेकडून कर्ज घेऊन सभासदांना वाटप करण्यासाठी दिलेल्या अधिकाराच्या ठरावाची नक्कल

४) गटाची अद्ययावत आर्थिक पत्रके, उत्पन्न खर्चाचे पत्रक, तेरीजपत्रक, नफातोटा पत्रक, ताळेबंद पत्रक इ.

५) बँक कर्जासाठी नमुन्यातील अर्ज

६) एन. जी. ओ. चे शिफारसपत्र - नमुन्याप्रमाणे

७) ग्रामविकास समितीचे शिफारसपत्र (एमआरसीपी योजनेसाठी)

८) अध्यक्ष/उपाध्यक्ष यांचे प्रत्येकी ३ फोटो

९) गटाच्या बचतखात्याचे पुस्तक

१०) गटाच्या नावाचा सील/शिक्का

११) इंटरसी अॅग्रीमेंट वर सर्व सभासदांच्या नमुन्याप्रमाणे सह्या

१२) दोन साक्षीदार

१३) बँकेस आवश्यक वाटेल ती इतर माहिती

१४) बँक कर्ज उत्पादक आर्थिक बाबीसाठीच घ्यावे

१५) गटाकडे इतर संस्थांची कर्जबाकी नसलेला दाखला

१६) बँक कर्ज घेताना अध्यक्ष/उपाध्यक्ष व सदस्य आणि सहयोगिनी यांनी बँकेत समक्ष हजर रहावे, आर्थिक सहाय्याचे वाटप सभासदांना त्याच दिवशी गटाच्या सभेत सर्व सभासद, बँक अधिकारी, सहयोगिनी यांच्या समक्ष करावे.

८:२६ स्वयंसहाय्यता बचत गटामार्फत चालू असणाऱ्या व्यवसायांची यादी

१) खाद्य पदार्थ तयार करणे.
२) दूध व दुधाचे पदार्थ तयार करणे.
३) पत्रावळी/द्रोण तयार करणे.
४) शिवणकाम
५) रेशीम कापड विणणे.
६) पापड तयार करणे.
७) तयार कपडे
८) वह्या, फाईल तयार करणे.
९) जंगलातील वस्तू (डिंक,लाख इ.)
१०) लाकडाचे कोरीव काम.
११) लाँड्री
१२) खेळणी तयार करणे.
१३) सतरंज्या विणणे
१४) मिरची व मसाले पावडर तयार करणे.
१५) सायकल दुरूस्ती/ऑटो गैरेज/हवा भरण्याचे काम.
१६) कापडावर कशिदा काम करणे.
१७) फुलांचे किंवा प्लॅस्टीकच्या फुलांचे हार.
१८) मातीची भांडी करणे (कुंभार काम)
१९) चप्पल/बूट तयार करणे.
२०) पुठ्ठयांची खोकी/लाकडाची खोकी.
२१) आईस्क्रीम, बर्फाचे गोळे
२२) स्टोव्ह दुरूस्ती
२३) बुक बाईडिंग
२४) रेडिओ, टी.व्ही.दुरुस्ती
२५) झाडू तयार करणे.
२६) साड्यांवर छपाई करणे.
२७) साबण/धुण्याची पावडर

२८) विजेच्या वस्तूंचे दुकान.
२९) मोटर सायकलीच्या स्पेअरपार्टचे दुकान
३०) सुतारकाम
३१) सेफ्टीपीन तयार करणे.
३२) पिठाची गिरणी
३३) दात घासण्याची पावडर करणे.
३४) अगरबत्ती तयार करणे.
३५) फोटो फ्रेम करणे
३६) चामडयाची बॅग/पर्स/पाकीटे करणे.
३७) विटा तयार करणे.
३८) टोपल्या करणे.
३९) स्क्रीन प्रिटींग
४०) लाकडाचे/लोखंडाचे फर्निचर करणे
४१) बांबूच्या वस्तू करणे.
४२) रबराचे/कापडाचे हातमोजे करणे.
४३) शेतीला लागणारी अवजारे
४४) पायातील स्लीपर करणे.
४५) हातमाग व्यवसाय
४६) काडेपेटया करणे.
४७) कातडी कमावणे.
४८) चहाचे किंवा लहान हॉटेल
४९) शाळेच्या मुलींच्या रेक्झीनच्या/जाड कापडाच्या बॅगा
५०) नैसर्गिक खते (कंपोस्ट, गांडुळ खत)
५१) मधुमक्षिका पालन/मध गोळा करणे.
५२) मत्स्य उद्योग
५३) चटण्या/लोणचे तयार करणे.
५४) बेकरी
५५) लहान डाळमिल/तेलघाणी
५६) वर्कशॉप
५७) कुक्कूटपालन व्यवसाय
५८) लोहारकाम
५९) गोडंबी तयार करणे.
६०) उपणेर
६१) झेरॉक्स सेवा
६२) भोजन सेवा
६३) आयुर्वेदिक तेले
६४) आळंबी करणे.
६५) स्टीलची भांडी तयार करणे.
६६) छत्र्या तयार करणे.
६७) मेणबत्या तयार करणे.
६८) डेअरी उद्योग
६९) आरशाचे कापड
७०) लोकरीचे स्वेटर करणे.
७१) मंगलकार्याकरिता लागणारी भांडी (सतरंज्या/शामियाना)
७२) प्लॅस्टीकच्या वस्तू बनवणे.
७३) किराणा स्टोअर्स
७४) शेळी, मेंढी पालन व्यवसाय

ब) संदर्भ पुस्तके

अ. नं	लेखक	पुस्तकाचे नाव
१	कुसुम बाळसराफ	सहयोगिनी, स्वयंसहाय्यता बचत गट चळवळीचा कणा
२	डॉ. आश्विनी घोरपडे श्री. सुरेश शिवतरे	आमचे व्यासपीठ व स्वयंसहाय्यता गट
३	प्रा. विजय कुलकर्णी	बचतनामा
४	श्रीमती लोपा दासगुप्ता श्री. रवींद्र देसाई डॉ. राजेंद्र कांकरिया	महिलांचे सबलीकरण, दारिद्र्य निर्मूलन व स्वयंसहाय्यता गट
५	शाम चव्हाण	स्वयंसहाय्यता गट सहभागी देखरेख पध्दत
६	डॉ. सुधा कोठारी,	स्वयंसहाय्यता गट सहभागी देखरेख पध्दत
७	Kurumi Fukaya	Micro Finance Regulation in India
८	Johnson s. . & Rogaly B	Micro Finance and Poverty Reduction
९	Kamta Prasad & Davinder Mandari	NGO & Socio –Eco, Development opportunities
१०	J. F. Patil V. S. Patil	Theory and Practice of Micro Finance

□